KB268830

GS, TRẦN VĂN TIẾNG

GS, JEON HYAE KYEONG

TIẾNG VIỆT

HỘI THOẠI I

(Sách học tiếng Việt cho người nước ngoài)

Trường Đại Học Ngoại Ngữ & Tin Học

Thành phố Hồ Chí Minh

Trường Đại Học Ngoại Ngữ

Hàn Quốc , SEOUL

2004

서   문

저는 오랫동안 학생들에게 베트남어를 가르쳐 오면서 이해와 암기가 쉽고 간단 명료하면서 베트남 현지 실생활에 곧바로 응용할 수 있는 필수적인 회화교재의 필요성을 많이 느껴왔습니다.

그래서 이번에 2년 동안 한국외국어대학교 베트남어과에서 교수로 재직하면서 학생들을 가르친 바 있고, 또 베트남 현지에서 한국인들을 가르친 경험이 풍부해서 한국인들이 베트남어를 배울 때 범하기 쉬운 오류를 잘 알고 있는 TRAN VAN TIENG 교수와 베트남어 회화 1, 2교재를 공저하여 출판하게 되었습니다.

이 교재의 출판에 앞서서 1년동안 베트남어과 학생들에게 언어실습 교재로 사용해 본 결과 쉽게 베트남어를 익히고 곧바로 활용할 수 있는 장점을 확인할 수 있었습니다.

베트남어 회화 1과 베트남어 회화 2교재는 목차 순서별로 서로 연관을 가지고 심화되어 짜여있기 때문에 초급 중급 단계별 베트남어 학습에 많은 도움이 되리라고 생각합니다.

이 교재를 통하여 베트남어 회화를 쉽고 재미있게 익히기를 희망합니다.

끝으로 베트남어 회화 1, 2교재의 제작에 함께 참여해 주신 호찌민 외국어정보대학교 동방문화언어학과 여러 교수님들께 다시 한번 감사드리고 아울러 출판을 맡아주신 문예림 출판사에도 감사드립니다.

한국외국어대학교 베트남어과

전 혜 경

LỜI NÓI ĐẦU

Bộ giáo trình *Tiếng Việt hội thoại* này là công trình hợp tác giữa Thạc sĩ *Trần Văn Tiếng*, Giảng viên Trường Đại học Ngoại ngữ & Tin học TP HCM (HUFLIT) và Tiến sĩ *Jeon Hyae Kyeong*, Giáo sư Trường Đại học Ngoại ngữ Hàn Quốc (HUFS).

Bộ giáo trình này gồm 2 tập dùng để giảng dạy cho sinh viên năm thứ I và năm thứ II Khoa tiếng Việt và những học viên muốn học tiếng Việt từ trình độ sơ cấp đến trung cấp.

Trong tập I này, chúng tôi trình bày thành hai phần chính: *Phần luyện phát âm* và *Phần hội thoại.*

Phần luyện phát âm có :

- *Phần I : Giới thiệu nguyên âm, phụ âm, chữ viết.*

Đây là phần giới thiệu các nguyên âm, phụ âm, thanh điệu và chữ viết của tiếng Việt. Trong khi giới thiệu, chúng tôi cố gắng trình bày một cách đơn giản, dễ hiểu để người học có thể phát âm tương đối chính xác các âm của tiếng Việt.

- *Phần II : Các bài tập luyện phát âm.*

Có 6 bài tập luyện phát âm trong phần này. Đây là những bài tập giúp cho người học luyện tập phát âm từ những âm đơn giản đến những âm phức tạp, luyện tập các dấu thanh, ngữ điệu.

Phần hội thoại có 18 bài hội thoại, trong đó có 3 bài ôn tập. Trong mỗi bài hội thoại, chúng tôi xây dựng theo trình tự sau :

- *I. Hội thoại.*

- *II. Từ vựng.*

- *III. Những câu cần nhớ (trong một số bài).*

- *IV. Giải thích ngữ pháp.*

- *V. Luyện tập.*
- *Bài đọc.*

Mục đích chính của chúng tôi trong khi biên soạn phần này là rèn luyện kỹ năng nói cho người học. Do vậy, phần *Giải thích ngữ pháp* và *Bài đọc* chỉ là phụ trợ, trình bày giản lược để người học không nhàm chán. Mục đích của các *Bài đọc* là vừa cung cấp từ mới cho người học vừa cung cấp những thông tin cần thiết. Sau mỗi *Bài đọc*, chúng tôi có đặt ra những câu hỏi gợi ý để người đọc có thể nói bằng tiếng Việt dựa theo bài ấy.

Cuối quyển sách, chúng tôi có *Mục thống kê các từ và đặc điểm ngữ pháp đã học* nhằm giúp cho người học có thể dễ dàng tra cứu các từ trong mỗi bài. Kèm theo giáo trình này là băng ghi âm để trợ giúp người học.

Mặc dù đã có nhiều cố gắng nhưng chúng tôi nghĩ công trình này vẫn còn nhiều thiếu sót. Chúng tôi kính mong nhận được chỉ bảo của quý giáo sư, các   đồng nghiệp và sự góp ý chân tình của người học.

Qua đây, cho phép chúng tôi chân thành cảm ơn các giáo sư, quý thầy cô của hai trường Đại học Ngoại ngữ & Tin học TP HCM và Đại học Ngoại ngữ Hàn Quốc đã cho chúng tôi nhiều ý kiến quý báu trong quá trình biên soạn.

Trân trọng
CÁC TÁC GIẢ

MỤC LỤC

LỜI NÓI ĐẦU
LUYỆN PHÁT ÂM

HỘI THOẠI

০৩৮০

LUYỆN PHÁT ÂM

Phần I :
GIỚI THIỆU HỆ THỐNG NGUYÊN ÂM VÀ PHỤ ÂM TIẾNG VIỆT

(베트남어 자음과 모음)

I. Hệ thống nguyên âm trong tiếng Việt :

Tiếng Việt có 11 nguyên âm đơn và 3 nguyên âm đôi (베트남어에는 단모음 11개와 이중모음 3개가 있다).

1. Các nguyên âm đơn : 단모음

i, ê, e, ư, ơ, a, ă, â, u, ô, o

- *Chữ viết in* : I , Ê, E, Ư, Ơ, A, Ă, Â, U, Ô, O   (대문자)
- *Chữ viết thường* : i, ê, e, ư, ơ, a, ă, â, u, ô, o   (소문자)

Các nguyên âm phân biệt nhau căn cứ vào độ nâng của lưỡi và hình dáng của môi (tròn môi và không tròn môi). Xin xem bảng tóm tắt sau (각 단모음들은 입술의 모양과 혀의 높낮이에 따라 구별된다).

(1)	(2) Trước 전	(3) Sau 후	
		Không tròn môi 둥글지 않은 모양	Tròn môi 둥근 입술 모양
Cao (고)	i	ư	u
Trung bình (중)	ê	ơ / â	ô
Thấp (저)	e	a / ă	o

- Ơ (1) biểu thị độ nâng cao của lưỡi. Sự khác biệt giữa "ê" và "e" là: "ê"lưỡi nâng lên trung bình, "e" lưỡi hạ thấp (혀의 높낮이를 나타냄. ê와 e는 혀의 높이에 따라 구별되는데, "**ê**"의 혀의 위치는 '중', "**e**"의 혀의 위치는 '저'이다).

- Ở (2) biểu thị sự đưa lưỡi ra phía trước, còn (3) là lưỡi rút về phía sau ((2) 혀를 앞쪽으로 내어 발음함, (3) 혀를 뒤쪽으로 빼어 발음함).

- Khi phát âm các nguyên âm "**u**", "**ô**" và "**o**" thì môi phải tròn (단모음 "**u**", "**ô**", "**o**"를 발음할 때 둥근 입술 모양이 된다).

- Các nguyên âm "**â**" và "**ă**" là những nguyên âm ngắn còn "**ơ**" và "**a**" là những nguyên âm dài (모음 "**a**", "**ă**"는 단모음이며 "**ơ**", "**a**" 는 장모음이다).

2. Các nguyên âm đôi : iê, ươ và uô (이중모음)

2.1. *Nguyên âm đôi* : iê [ie] (이중모음)

- Khi có phụ âm cuối, sẽ viết thành chữ "**iê**". Ví dụ : b<u>iế</u>t (알다), t<u>iế</u>ng V<u>iệ</u>t (베트남어를 알다.)... (자음으로 끝날 때 "**iê**"가 쓰여진다.)

- Khi không có phụ âm cuối, chúng ta viết thành chữ "**ia**".

 Ví dụ : m<u>ía</u> (사탕수수) ch<u>ia</u> (나누다) .... (자음으로 끝나지 않을 때 ia가 쓰여진다.).

- Khi có "**u**" trước "**iê**" + phụ âm cuối, chúng ta viết thành uyê + phụ âm cuối.

 Ví dụ : th<u>uyề</u>n (보트), t<u>uyê</u>n bố (선포하다)...("**u**" 가 "**ie**" 앞에 위치하여 끝자음과 함께 쓰여지면 **uye+** 끝자음의 형태로 쓰여진다).

2.2. Nguyên âm đôi : ươ 이중모음 uo

- Khi có phụ âm cuối, sẽ viết thành chữ "**ươ**".

 Ví dụ : m<u>ượ</u>n (빌리다), đ<u>ượ</u>c (되다)... (자음으로 끝날 때 "**ươ**"가 쓰여진다.).

- Khi không có phụ âm cuối, chúng ta viết thành chữ "**ưa**".

 Ví dụ : m<u>ưa</u> (비오다), l<u>ửa</u> (불)....(자음으로 끝나지 않을 때 ưa가 쓰여진다.)

2.3. Nguyên âm đôi : uô (이중모음)

- Khi có phụ âm cuối, sẽ viết thành chữ "uô".

Ví dụ : **muốn** (바라다) **buồn** (슬프다).... (자음으로 끝날 때 uo가 쓰여진다.)

- Khi không có phụ âm cuối, chúng ta viết thành chữ " ua".

Ví dụ : **mua**(사다) **của** (~의).....(자음으로 끝나지 않을 때 "**ua**"가 쓰여진다.).

II. Các phụ âm đầu : (첫 자음)

B	m	ph	v
th	T	d	n
x	d	gi	l
tr	S	R	ch
nh	c/ k / q	ng / ngh	kh
g / gh	h		

- Các phụ âm đầu kết hợp với nguyên âm tạo thành âm tiết (첫자음과 모음이 결합하여 음절을 만든다).

Ví dụ : -b + a ⇨ **ba** (바)   - m + a ⇨ **ma** (마)

- Chữ "d" và "gi" đều phát âm là /z /. Ở miền Nam phát âm thành /j/ ("d" 외 "gi" 모두 /z/로 발음된다. 남부지방에서는 /j/로 발음된다).

- Chữ "c", "k" và "q" đều phát âm là / k /. Khi viết có sự phân biệt ("c", "k","q" 모두 /k/로 발음되며 쓸 때는 다음과 같이 구별된다).

- Viết chữ "k" khi đứng trước các nguyên âm : i, ê, e và iê.

I, ê, e 와 iê 앞에서는 k 가 쓰인다.

Ví dụ: **kí** tên (사인하다), **kế** bên (옆에), **kẻ** trộm (사람), **kiến** (개미)

- Viết chữ "c" các nguyên âm còn lại (그 외의 모음 앞에서는 "c"가 쓰인다).

Ví dụ : **ca** (노래하다), **có** (있다) , **cũ** (오래된)....

- Viết chữ "**q**" khi sau nó có "**u**" và đọc thành /kw/ ("**q**" 뒤에서는 "**u**"가 쓰여지며 /kw/로 발음한다).

Ví dụ : **qu**a [kwa] (통과하다), **qu**í [kwí](귀하다)...

- Hai chữ "**g**" và "**gh**" phát âm giống nhau nhưng khi viết phải chú ý ("**g**"와 "**gh**"의 발음은 같으나 쓸 때는 다음을 주의한다).

- Viết chữ "**gh**" khi sau nó là các nguyên âm "i", "ê", "e" và "iê" ("i", "ê", "e" 그리고 "iê" 앞에서는 "gh"를 쓴다).

Ví dụ : **ghi** (적다), **ghê** (몹시), **ghe** (보트), **ghiền** (~에 중독되다, 빠지다)

- Viết chữ "**g**" trước các nguyên âm khác (그 외 다른 모음 앞에서 "g"가 쓰인다).

Ví dụ : **gà** (닭), **gõ** **cửa** (두드리다)....

- Hai chữ "**ng**" và "**ngh**" phát âm giống nhau nhưng khi viết phải chú ý ("**ng**"와 "**ngh**"의 발음은 같으나 쓸 때 다음을 주의한다).

- Viết chữ "**ngh**" trước các nguyên âm "i", "ê", "e" và "iê" ("i", "ê", "e"와 "iê" 앞에서는 ngh 가 쓰인다).

Ví dụ : **nghĩ** (생각하다), **nghề** nghiệp (직업)

nghe (듣다), sự **nghiệp** (사업)

- Viết chữ "**ng**" trước các nguyên âm khác (그 외 다른 모음 앞에서는 "**ng**"를 쓴다).

Ví dụ : **ngày** (날), **ngủ** (자다), ...

III. Các phụ âm cuối : 끝자음

Có các phụ âm đứng cuối âm tiết như sau :

a) *Các phụ âm mũi* : **-m, -n, -nh, -ng.** *(유성음)*

Ví dụ : là**m** (하다), bạ**n** (친구), mạ**nh** (건강하다), đú**ng** (맞다)

b) *Các phụ âm miệng* : **-p, -t, -ch, -c.** *(무성음)*

Ví dụ : mậ**p** (살찌다), há**t** (노래부르다), sá**ch** (책), hoa cú**c** (국화)

c) *Các bán nguyên âm* 반모음 : **u / o, i / y.**

Ví dụ : số sá**u** (여섯), tại sa**o** (왜), số ha**i** (둘) ha**y** quá (재미있다)

IV. Các dấu thanh (thanh điệu) :

Tiếng Việt có 6 dấu thanh. Bao gồm :

(베트남어에는 다음과 같은 6개의 성조가 있다).

		Bằng (*plain*) 평	Trắc (*uneven*) 측	
Cao	고	Dấu ngang	dấu ngã	dấu sắc
Thấp	저	dấu huyền	dấu hỏi	dấu nặng

Lưu ý :

1. Dấu ngang (không dấu) : phát âm hơi cao, không lên không xuống (약간

높은 음에서 시작하여 평평하게 발음)

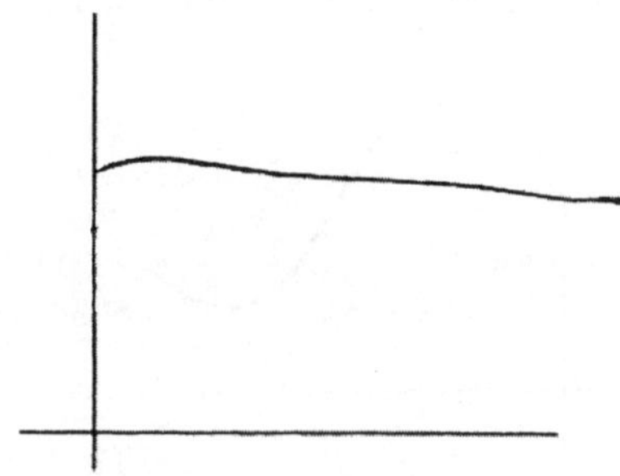

Ví dụ : **ma, ba, cha**....

2. Dấu huyền : đi xuống thấp (아래로 길게 내림).

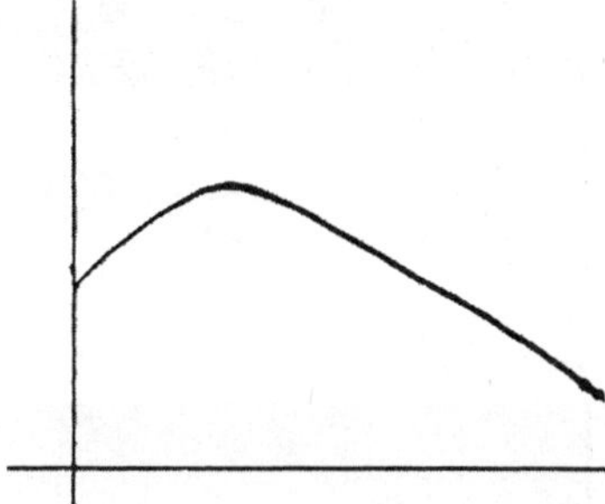

Ví dụ : **mà, bà, chà**...

3. Dấu ngã : đầu tiên có độ cao như dấu huyền sau đó xuống nhanh, đột ngột và lại lên cao

(Daáu huyeàn과 마찬가지로 약간 높은 음에서 시작하여 급격히 하강시켰다가 다시 급격히 상승시킨다).

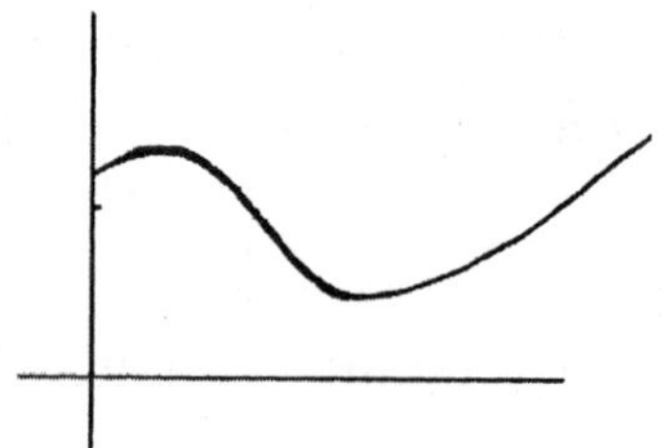

Ví dụ : **mã, gã, lã**...

4. Dấu hỏi : đầu tiên có độ cao như dấu huyền sau đó tăng lên cao

(약간 높은 음에서 시작하여 daáu huyeàn과 같이 아래로 내린후 다시 약간 올린다).

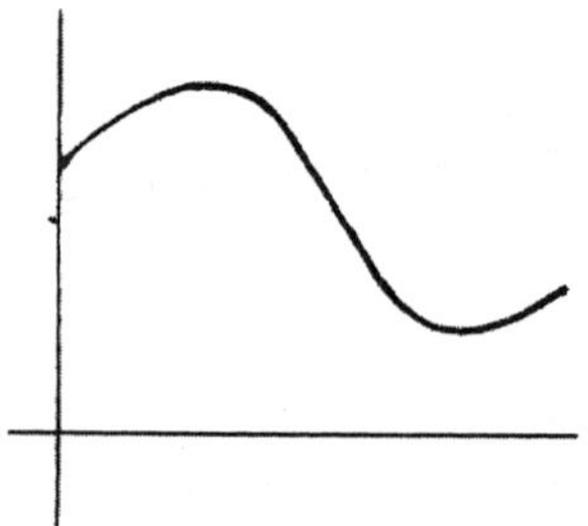

Ví dụ : **cả, thả, chả**....

5. Dấu sắc : đầu tiên hơi ngang sau đó đi lên cao

(처음에 평평하게 발음하다가 점점 음을 올리며 발음한다).

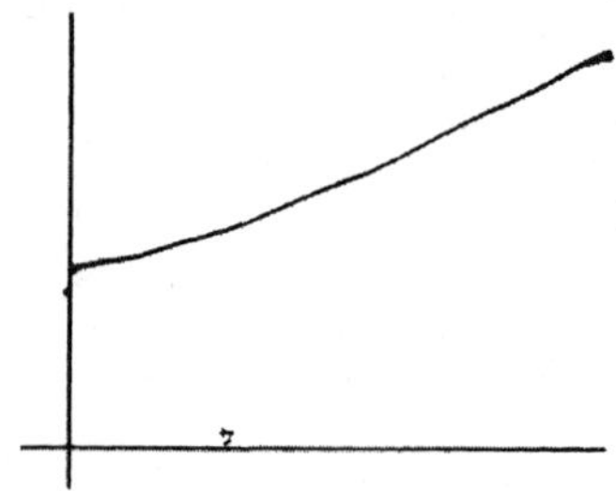

Ví dụ :**cá, đá, má**....

6. Dấu nặng : đầu tiên hơi ngang, sau đó xuống đột ngột.

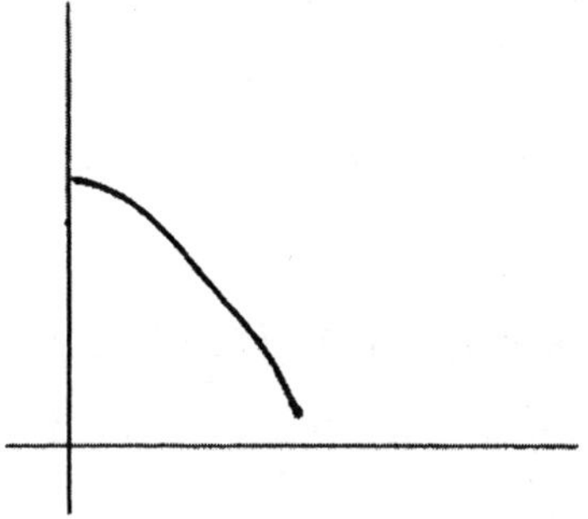

Ví dụ : mạ, cạ, dạ,....

ଔଓ

Phần II : Các bài tập luyện phát âm (발음연습)

Bài 1 :

> 1. *Các nguyên âm* : i, ê, e
> 2. *Các phụ âm đầu* : b-, đ-, m-, n-
> 3. *Thanh ngang* (không dấu), *dấu sắc.*
> 4. *Các phụ âm cuối* :-m, -n

1. Đọc theo giáo viên : 따라 읽으시오.

I	bi	đi	mi	Ni
ê	bê	đê	mê	nê
e	be	đe	me	ne

2. Luyện đọc với thanh ngang (không dấu) : 평성조 읽기 연습

bi	đi	mi	ni
bê	đê	mê	nê
be	đe	me	ne

3. Luyện đọc với dấu sắc : Dấu sắc 읽기 연습

Bí	đí	mí	ní
bế	đế	mế	nế
bé	đé	mé	né

4. Nguyên âm kết hợp với phụ âm cuối –m và –n :

im	êm	em
in	ên	en

5. Luyện đọc (không dấu) : 읽기 연습(평성조)

bim	bêm	bem
bin	bên	ben

đim	đêm	đem
đin	đên	đen
mim	mêm	mem
min	mên	men
nim	nêm	nem
nin	nên	nen

6. Giáo viên phát âm không dấu, sinh viên đọc với dấu sắc (평성조의 단어를 daáu saéc 으로 읽으시오).

Giáo viên		*Sinh viên*
đên	⇨	
mem	⇨	
Bên	⇨	
đêm	⇨	
bem	⇨	
nen	⇨	
ben	⇨	

∽∾

Bài 2 :

> 1. *Các nguyên âm* : ư, ơ, â, a, ă
> 2. *Các phụ âm đầu* : v-, t-, l-, h-
> 3. *Dấu huyền, dấu hỏi.*
> 4. *Các phụ âm cuối* :-ng, -nh.

1. Đọc theo   giáo viên (따라 읽으시오).

ư	bư	đư	mư	nư
ơ	bơ	đơ	mơ	nơ
a	ba	đa	ma	na

 - *Với các phụ âm đầu* 자음 : v-, t-, l-, h-

ư	vư	tư	lư	Hư
ơ	vơ	tơ	lơ	hơ
a	va	ta	la	ha

2. Luyện đọc với <u>dấu huyền</u> (dấu huyền 읽기연습) :

ừ	vừ	từ	lừ	hừ
ờ	vờ	tờ	lờ	hờ
à	và	tà	là	hà

3. Luyện đọc với <u>dấu hỏi</u> (daáu hoûi 읽기연습) :

ử	vử	tử	lử	hử
ở	vở	tở	lở	hở
ả	vả	tả	lả	hả

4. Luyện đọc với âm cuối <u>–ng</u> (끝자음 ㄱng연습) :

	Ưng	Vưng	tưng	lưng	hưng
Tiếng Việt không có :	Ơng	Vơng	tơng	lơng	hơng
	Ang	Vang	tang	lang	hang

5. Luyện đọc với âm cuối –nh (끝자음 ㅡng 읽기 연습) :

Tiếng Việt không có : Ưnh   vưnh   tưnh   lưnh   hưnh
Tiếng Việt không có : Ơnh   vơnh   tơnh   lơnh   hơnh
                         Anh   vanh   tanh   lanh   hanh

6. Luyện đọc với dấu huyền (daáu huyeàn 읽기 연습) :

ừng	vừng	Từng	Long	hừng
àng	vàng	tàng	Làng	hàng
ành	vành	tành	Lành	hành

7. Luyện đọc với dấu hỏi (daáu hoûi 읽기 연습) :

ửng	Không có	tửng	lửng	hửng
ảng	Không có	tảng	lảng	không có
ảnh	Vảnh	không có	lảnh	không có

8. _Nguyên âm ngắn_: â- và ă- : 단모음 aâ와 aê

Đây là 2 nguyên âm luôn luôn có âm cuối (끝자음이 있는 경우에 사용되는 모음이다).

Luyện đọc và phân biệt (읽기 연습 및 구별) :

âm	ân	âng	Tiếng việt không có "**ânh** "
ăm	ăn	ăng	Tiếng việt không có "**ănh**"

vâm	tâm	lâm	hâm
văm	tăm	lăm	hăm

bấm	đấm	mấm	nấm
bắm	đắm	mắm	nắm

tần	lần	Bẩn	vẩn
tằn	lằn	Lẩn	lẩn

Bài 3 :

> 1.*Các nguyên âm* : u, ô, o
> 2.*Các phụ âm đầu* : c-(k-/ qu-), ph-,th-, d-(gi-)
> 3. *Dấu ngã, dấu nặng.*
> 4.*Âm cuối* : -p,-t,-ch, -c.

1. Đọc theo giáo viên các phụ âm đầu v-, t-, l-, h- kết hợp với " u", "ô", "o" (có dấu ngã):

U	vu	tu	lu	Hu	vũ	tũ	lũ	hũ
ô	vô	tô	lô	Hô	vỗ	tỗ	lỗ	hỗ
O	vo	to	lo	Ho	vỗ	tõ	lõ	hõ

2. *Đọc theo giáo viên các phụ âm đầu v-, t-, l-, h- kết hợp với* " u", "ô", "o" (có dấu nặng):

U	vụ	tụ	lụ	Hụ
ô	vộ	tộ	lộ	Hộ
O	vọ	tọ	lọ	họ

3. Đọc theo giáo viên các phụ âm c, k, q :

| k : | ki | kê | ke | kí | kế | ké | kì | kề | kè |
| | kĩ | kị | | | | | | | |

c :	ca	cư	cơ	cân	căn	cu	cô	co
	cá	cứ	cớ	cấn	cắn	cú	cố	có
	cà	cừ	cờ	cần	cằn	cù	cồ	cò
	cả	cử	cở	cẩn	cẳn	củ	cổ	cỏ
		cữ	cỡ			cũ	cỗ	
	cạ	cự	cợ	cận	căn	cũ	cộ	cọ

q :	qui	quê	que	quân	quăn	quo	quơ
	quí	quế	qué	quấn	quắn	quo	quơ
	quì	quề	què	quần	quằn		quở

4. *Đọc các phụ âm* ph-, th- d- (gi-) :

ph:	phi	phê	phe	phí	phế	phé	phì	phề	phè
	phỉ	phể	phẻ				phị	phệ	phẹ
	phu	phô	pho				phụ	phộ	phọ
th:	thi	thê	the	thí	thế	thé	thì	thề	thè
	thỉ	thể	thẻ	thu	thô	tho	thủ	thổ	thỏ

D :	di	dê	de	dư	dơ	da	dan	dân	dăn
gi :	gi		gie	giư	giơ	gia	gian	giân	giăn
	dì	dề	dè	dừ	dờ	dà	dàn	dần	dằn
	gì		giè	giừ	giờ	già	giàn	giần	giằ

5. *Các phụ âm cuối* –p, -t, -ch, -c :

Íp	ếp	ep	ứp	óp	ấp	áp	ắp
up	ốp	Ơp	ịp	ệp	ẹp	ựp	ợp

Ít	ết	ét	ứt	ót	ất	át	ắt
út	ốt	Ơt	ịt	ọt	ật	ạt	ặt

ích	ếch					ach	
ịch	ệch					ạch	

Íc		éc	ức		ấc	ác	ắc
		ẹc	ực		ậc	ạc	ặc

6. Bài tập phát âm :

mập (= béo)	hát	phụ nữ	nhân dân
quyển sách	sạch sẽ	học tập	tóc
đẹp	mất	mát	mắt
cáp	cấp	cấp	
sáp	sắp	sấp	
láp	lắp	lấp	
hét	hết	méc	hếch
mét	chết		mếch
chét	lết		chếch
lét			lếch

൭൭

Bài 4 :

> 1.*Các nguyên âm đôi:* iê (yê-, -ia), ươ (-ưa), uô (-ua)
> 2.*Các phụ âm đầu :*tr-, nh-, kh-, g-(gh-)
> 3. *Âm cuối :*u/ o, i/y

1. Đọc theo giáo viên các nguyên âm đôi -iê-, (u) yê-, ia :

iê :	Kiên	viên	liên	biên
	Kiêm	viêm	liêm	biêm
	Kiếng	viếng	liếng	biếng
	Kiệt	việt	liệt	biệt
(u)yê :	Tuyên	tuyến	tuyền	tuyển
	Luyên	luyến	luyện	
	Huyên	huyến	huyền	huyễn
	Thuyên	thuyền		
	Duyên			
Ia :	Tia	lia	hia	thia	mia
	Tía	lía	hía	thía	hía

2. Luyện tập :

Giáo viên phát âm không dấu, sinh viên thêm dấu huyền, dấu nặng, dấu hỏi :

Giáo viên :	*Sinh viên :*		
tia	tìa	tịa	tỉa
lia	....	....	....
hia	....	....	....
thia	....	....	....
mia	....	....	....
nia	....	....	....

3. Đọc theo giáo viên các nguyên âm đôi ươ –và –ưa :

ươ :	cương	phương	thương	dương
	cường	phường	thường	dường
	lươm	tươm	nươm	hươm
	lướt	tướt	nướt	hướt

| ưa : | cưa | phưa | thưa | dưa |
| | lứa | phứa | thứa | dứa |

4. Luyện tập :

Giáo viên phát âm không dấu, sinh viên thêm dấu huyền, dấu nặng, dấu hỏi, :

Giáo viên :	*Sinh viên* :		
cưa	cừa	cựa	cửa
phưa	....	....	....
thưa	....	....	....
dưa	....	....	....
mưa	....	....	....
	....	....	....

5. Đọc theo giáo viên nguên âm đôi uô-, -ua :

uô :	muôn	muốn	muỗng	
	nuông	nuống	thuỗng	
	cuông	cuống		cuồng

| ua : | cua | cúa | | húa |
| | lua | lúa | lùa | hùa |

6. Luyện tập :

Giáo viên phát âm không dấu, sinh viên thêm dấu huyền, dấu nặng, dấu ngã~ :

Giáo viên:	*Sinh viên:*		
mua	mùa	mụa	mũa
thua	....	....	....
tua	....	....	....
dua	....	....	....

7. Đọc theo giáo viên các phụ âm tr-, nh-, kh-, g-(gh-) :

tr :	tra	tri	trê	tre
	trá	trí	trế	tré
	trà	trì	trề	trè
nh :	nha	nhi	nhê	nhe
	nhá	nhí	nhế	nhé
	nhà	nhì	nhề	nhè
kh :	kha	khi	khê	khe
	khá	khí	khế	khé
	khà	khì	khề	khè
g:	ga	gư	gơ	gu
	gá	gứ	gớ	gú
	gà	gừ	gờ	gù
gh :		ghi	ghê	ghe
		ghí	ghế	ghé
		ghì	ghề	ghè

8. Đọc theo giáo viên các từ có bán nguyên âm cuối –u/o và –i/y :

-u :	lau	hau	mau	nhau
	láu	háu	máu	nháu
-o :	lao	hao	mao	nhao
	láo	háo	máo	nháo

-i :	lai	hai	mai	nhai
	lái	hái	mái	nhái
-y :	lay	hay	may	thay
	láy	háy	máy	

9. Luyện đọc :

Lải	lãi	mải	mãi
lại	lài	mài	mày
thảy	hãy	dải	thầy
bảy	nải	gảy	thấy

lạo	nhạo	cạo	mạo
tao	tào	hạo	hảo
cháu	chào	chảo	chào anh
chào thầy			

ᘓᘗ

Bài 5 :

> 1. *Âm đệm*: /-w-/ (-u-và –o-)
> 2. *Các phụ âm đầu*: ng-(ngh-), r-, ch-

1. *Âm đệm* /-w-/ :

Âm đệm /-w-/ đứng giữa phụ âm đều và âm chính làm cho âm chính tròn môi. Khi viết, âm đệm /-w-/ viết bằng chữ "**u**" và chữ "**o**". So sánh :

Không có âm đệm :	*Có âm đệm* :	*Không có âm đệm* :	*Có âm đệm* :
ta	toa	la	loa
da	doa	ly	luy
ha	hoa	thê	thuê
tân	tuân	thả	thoả

Lưu ý :

- *Trước các nguyên âm "y", "ê", "ơ", "â", âm đệm /-w-/ phải viết là chữ "u".*

   Ví dụ :   tu̲y   thu̲ê   hu̲ơ   tu̲ân

                 luy   huế   thuở   luận

- *Trước các nguyên âm "e", "a", "ă", âm đệm /-w-/ phải viết là chữ "o".*

   Ví dụ :   kho̲e   ho̲a   ho̲ặc

                 lo̲e   kho̲a   ngo̲ặc

2. Luyện đọc :

thúy	huỷ	quí	khuy
thuế	huề	quê	khuê
thuở	huơ	quở	
thuần	huấn	quận	khuân
toe	loa	khoắn	

3. *Các phụ âm đầu* ng-(ngh-), r-, ch- :

ng :	nga	ngu	ngư	ngơ
	ngân	ngo	ngon	ngày
	ngăn	ngành	nguồn	ngoa
ngh :	nghi	nghê	nghe	nghiêng
	nghỉ	nghề	nghè	nghiện
r :	ri	rê	re	riêng
	rứ	rớ	rần	rương
ch :	cha	chăn	chơn	chân
	chi	chê	che	chiên
	chư	chu	chô	cho

4. Luyện đọc :

ngủ ngon	nghe ngóng	ngủ nghê	ngớ ngẩn
nghiệt ngã	ngờ nghệch	ngỡ ngàng	nghi ngờ
rả rích	róc rách	rẻ rúng	riêng rẽ
rác rưởi	rì rầm	rầu rĩ	rộng rãi
chữ	chách	chẳng	chẩn
chào	chan chát	che chắn	chứa chan

5. *Phân biệt* ch- và tr- :

cha	tra	chân	trân
chi	tri	che	tre
chư	trư	chô	trô
chách	trách	chào	trào

6. Luyện đọc :

chính trị	châm trà	cá tra	con chó
chị ơi	trong nhà	chân trái	chờ đợi
điều chỉnh	chán chê	chuẩn bị	trách nhiệm

ଓଞ୍ଚ

Bài 6 :

> 1. *Phụ âm đầu: x-, s-*
> 2. *Kết hợp các thanh điệu*
> 3. *Phát âm đúng ngữ điệu*

1. Đọc theo giáo viên các từ có âm "x-" :

xi	xê	xe	xiên
xư	xơ	xăn	xuân
xu	xô	xo	xuống

2. Đọc theo giáo viên các từ có âm "s-" :

si	sê	se	siên
sư	sơ	săn	sân
su	sô	so	

3. *Phân biệt* "x-" và "s-" :

xin	sin	xáo	sáo
xâm	sâm	xáng	sáng
xót	sót	xốc	sốc

4. Luyện đọc :

xa xăm	xoay xở	xúm xít	xin xỏ
số sáu	sàm sỡ	sống sượng	sáng sủa
xe đạp	xe hơi	phía sau	tại sao

5. Đọc kết hợp 2 thanh điệu :

5.1 Thanh ngang (không dấu) với các dấu khác :

Ví dụ :

- *Không dấu với không dấu :*   em trai   đi chơi   quê hương

- *Không dấu với dấu huyền* :　đi về　　　bao giờ　　năm người
- *Không dấu với dấu hỏi* :　tư tưởng　　vui vẻ　　công sở
- *Không dấu với dấu ngã* :　xin lỗi　　khiêu vũ　chiêu đãi
- *Không dấu với dấu sắc* :　con cá　　văn hoá　cao cấp
- *Không dấu với dấu nặng* :　quan hệ　　siêu thị　bưu điện

5.2. Dấu huyền với các dấu khác :

Ví dụ :

- *Dấu huyền với không dấu* :　người ta　bình dân　cà phê
- *Dấu huyền với dấu huyền* :　**đồng hồ**　nhà hàng　hoàn thành
- *Dấu huyền với dấu hỏi* :　điều khiển　đầy đủ　tình cảm
- *Dấu huyền với dấu ngã* :　đồng nghĩa　liều lĩnh　bình tĩnh
- *Dấu huyền với dấu sắc* :　bài hát　thành phố　Hàn Quốc
- *Dấu huyền với dấu nặng* :　đề nghị　tài trợ　trường học

5.3. Dấu hỏi với các dấu khác :

Ví dụ :

- *Dấu hỏi với không dấu:*　khả năng　buổi trưa　điểm tâm
- *Dấu hỏi với dấu huyền:*　chủ nhà　buổi chiều　phở bò
- *Dấu hỏi với dấu hỏi:*　bảo đảm　thỉnh thoảng　huỷ bỏ
- *Dấu hỏi với dấu ngã:*　hiểu rõ　triển lãm　sửa chữa
- *Dấu hỏi với dấu sắc:*　bảo chứng　tổng thống　cảm xúc
- *Dấu hỏi với dấu nặng:*　cảm động　chuẩn bị　tiểu học

5.4. Dấu ngã với các dấu khác :

Ví dụ :

- *Dấu ngã với không dấu:*　diễn viên　ngã ba　nữ sinh
- *Dấu ngã với dấu huyền:*　sẵn sàng　rõ ràng　giữ gìn
- *Dấu ngã với dấu hỏi:*　dũng cảm　chỗ ở　dễ hiểu
- *Dấu ngã với dấu ngã*　kỹ lưỡng　bỡ ngỡ　mãi mãi
- *Dấu ngã với dấu sắc:*　miễn phí　ngữ pháp　lỗ vốn
- *Dấu ngã với dấu nặng:*　xã hội　kỹ thuật　ngữ điệu

5.5. Dấu sắc với các dấu khác :

Ví dụ :

- *Dấu sắc với không dấu:*	trái cây	Phóng viên	giáo sư
- *Dấu sắc với dấu huyền:*	nước dừa	áo quần	tiếng Hàn
- *Dấu sắc với dấu hỏi:*	sức khỏe	kết quả	chính phủ
- *Dấu sắc với dấu ngã:*	bác sĩ	hấp dẫn	thiếu nữ
- *Dấu sắc với dấu sắc:*	áo mới	thế giới	chú ý
- *Dấu sắc với dấu nặng:*	chính trị	tiếng việt	ví dụ

5.6. Dấu nặng với các dấu khác :

Ví dụ :

- *Dấu nặng với không dấu:*	bệnh nhân	tự do	cạnh tranh
- *Dấu nặng với dấu huyền:*	động từ	phụ từ	thực hành
- *Dấu nặng với dấu hỏi:*	lịch sử	mạnh khỏe	đại biểu
- *Dấu nặng với dấu ngã:*	phụ nữ	ngoại ngữ	rộng rãi
- *Dấu nặng với dấu sắc:*	hệ thống	ngoại quốc	động tác
- *Dấu nặng với dấu nặng:*	bệnh viện	điện thoại	độc lập

6. Đọc kết hợp hơn 2 thanh điệu :

- Mua xe hơi	- Ăn cơm trưa	- Tôi ăn cơm
- Nhà này dài	- Đài truyền hình	- Làm bình thường
- Tuyển thủ giỏi	- Huỷ bỏ cả	- Hỏi lảm nhảm
- Đã bỡ ngỡ	- Ngẫm nghĩ mãi	- Mỗi mẫu mã
- Ký túc xá	- Có áo mới	- Nó thích sách
- Bệnh viện rộng	- Sự hoạt động	- Thật thuận tiện

7. Luyện tập ngữ điệu :

7.1. Kết thúc câu bằng một từ không dấu :

- Tôi mua xe hơi.

- Cô Thu đi đâu?

7.2. Kết thúc câu bằng một từ có dấu huyền :

- Tôi về nhà.

- Chào anh, anh tên là gì?

7.3. Kết thúc câu bằng một từ có dấu hỏi :

- Tôi không hiểu.

- Anh bao nhiêu tuổi?

7.4. Kết thúc câu bằng một từ có dấu ngã :

- Tiếng Việt rất dễ.

- Ai đi học trễ?

7.5. Kết thúc câu bằng một từ có dấu sắc :

- Bạn tôi là y tá.

- Tại sao cô ấy không đến?

7.6. Kết thúc câu bằng một từ có dấu nặng :

- Tôi học tiếng Việt.

- Ai bị bệnh?

૭૪૪

HỘI THOẠI

Bài 1 :

XIN CHÀO!

I. HỘI THOẠI :

1. *Anh Park* : Chào cô!
   Cô Lan : Chào anh!
   Anh Park : Cô có khỏe không?
   Cô Lan : Cám ơn anh, tôi khỏe.

2. *Anh Kim* : Xin chào thầy!
   Thầy Nam : Chào em!
   Anh Kim : Thầy có khỏe không ạ?
   Thầy Nam : Cám ơn em, tôi khỏe. Còn em, em có khỏe không?
   Anh Kim : Cám ơn thầy, em cũng khỏe.

3. *Cô Lan* : Chào Linh!
   Cô Linh : Chào Lan!
   Cô Lan : Linh (có) khỏe không?
   Cô Linh : Cám ơn, tôi bình thường. Lan thế nào?
   Cô Lan : Tôi cũng bình thường.

4. *Anh Park* : Chào cô, hẹn gặp lại
   Cô Lan : Chào anh, hẹn gặp lại.

II. TỪ VỰNG :

chào (gặp nhau)   안녕하세요   Còn   아직

chào (= tạm biệt)	안녕히 가세요	bình thường	평상시
	안녕히 계세요	cũng	역시
thầy	선생님	thế nào	어때요
khỏe	건강하다	hẹn gặp lại	다시 만나자
cám ơn	감사하다		
ạ	높임말		

III. GIẢI THÍCH NGỮ PHÁP :

1. *"Chào", "Xin chào"* :

được người Việt Nam dùng khi gặp nhau hoặc khi chia tay, không phân biệt thời gian (시간에 관계없이 만날 때나 헤어질 때 사용한다.) *"Xin chào"* là cách nói rất lịch sự.

베트남사람은 Chào 의 뒤에 *"anh"*, *"chị"*, *"cô"*, *"thầy"*나 이름을 부른다.

Ví dụ :

- Chào anh!   - Chào thầy!
- Chào chị!   - Chào Lan !
- Chào cô!   ...

2. *Anh, chị, cô, thầy, em* :

là những từ dùng để gọi người đối thoại (이인칭 상대를 칭할 때 사용한다.)

- *"Anh"* : dùng để gọi nam giới có tuổi bằng hoặc hơn người nói một chút

(말하는 사람과 같은 나이이거나 약간 윗사람을 부를 때 (남성 : 당신).

- *"Chị"* : dùng để gọi nữ giới, có tuổi bằng hoặc hơn người nói một chút. (같은 나이나 약간 위의 여성을 부를 때)

- *"Cô"* : dùng để gọi nữ giới có tuổi nhỏ hơn người nó : Trong trường học, "cô" cũng được dùng để gọi giáo viên nữ (어린 나이의 여성이나 여선생님을 부를 때)

- "*Thầy*" : dùng để gọi thầy giáo nam (남선생님을 부를 때)

- "*Em*" : là từ mà thầy giáo , cô giáo dùng để gọi học sinh, sinh viên (선생님들이 학생을 부를 때)

Ví dụ :

a) - <u>Anh</u> có khỏe không?　　　b) - Chào <u>em</u>. Hẹn gặp lại!

　- Cám ơn tôi khỏe. Còn <u>chị</u>?　　 - Chào <u>thầy</u>. Hẹn gặp lại!

※ "*anh*", "*chị*", "*cô*", "*thầy*", "*em*" 뒤에 이름을 부를 때 사용하기로 합니다.

Ví dụ :

- <u>Anh Park</u> có khỏe không?

- Cám ơn, tôi khỏe. Còn <u>chị Lan</u>?

3. ....*thế nào*? :

là từ dùng để hỏi tính chất, trạng thái . Từ "thế nào" đứng cuối câu hỏi (상태나, 성격 및 사물의 특징을 묻는 의문사)

Ví dụ :

Hỏi : Cô *Lan* <u>thế nào</u>?

Đáp : Tôi 　　 <u>khỏe</u>.

Hỏi : Anh Park <u>*thế nào?*</u>

Đáp : Tôi <u>*bình thường*</u>.

IV. LUYỆN TẬP :

1. Điền từ vào chỗ trống (빈칸을 채우시오) :

a) *Thầy Nam :*　　　Chào............

　Anh Park :　　　Chào............! Thầy có ....không?

　Thầy Nam :　　　Cám ơn................ Tôi khỏe. Còn ....?

　Anh Park :　　　Cám ơn............　... ......cũng khỏe.

b) *Cô Lan* :   Chào............   ....có khỏe không?

  Anh Kim :   ...., tôi khỏe. Còn..............?

  Cô Lan :   ...., tôi..........khỏe. Chào..........., hẹn gặp lại!

  Anh Kim :   Chào..........., hẹn.....................!

2. Sử dùng "thế nào" để đặt câu ("*thế nào*"로 사용하여 의문문을 만드시오.) :

  A :............................?   E :............................?

  B : Cám ơn, tôi khỏe.   F : Tôi không khỏe.

  C :............................?

  D : Cám ơn, tôi bình thường.

3. Giáo viên đọc, sinh viên ghi thanh điệu (선생님이 읽고, 학생들은 알맞은
성조를 표시하십시오) :

  A : *Chao anh*

  B : *Anh co khoe không?*

  A : *Cam ơn, tôi khoe. Con anh?*

  B : *Cam ơn, tôi binh thương.*
    Chao anh, tôi đi.

  C : *Chao thây ! Thây co khoe không?*

  D : *Chao em ! Cam ơn, tôi khoe. Em đi đâu?*

  C : *Em đi vê nha. Em chao thây, em đi.*

BÀI ĐỌC

Xin chào. Tôi là Park. Tôi là người Hàn Quốc. Tôi là sinh viên. Tôi
mới đến Việt Nam. Đây là anh Kim. Anh Kim cũng là người Hàn Quốc.

Anh Kim cũng là sinh viên. Anh Kim cũng mới đến Việt Nam. Cô Lan có khỏe không?

Từ vựng :

Là	~이다.	mới	(이제, 막)
người	사람	đến	오다
sinh viên	학생		

ᘓ80

Bài 2 :

GIỚI THIỆU

I. HỘI THOẠI :

1. *Anh Park* :   Xin chào. Tôi tên là Park.

  Cô Lan :   Em tên là Lan. Anh Park có khỏe không?

  Anh Park :   Cám ơn, tôi khỏe. Còn cô?

  Cô Lan :   Cám ơn. Em cũng khỏe.

                Anh Park là sinh viên phải không?

  Anh Park :   Dạ phải. Tôi là sinh viên

2. *Thầy Nam* :   Chào em. Tôi là Nam. Tôi là giáo viên.

  Anh Kim :   Xin chào thầy. Em là sinh viên.

  Thầy Nam :   Em có khỏe không?

  Anh Kim :   Dạ, cám ơn thầy. Em khỏe.

  Thầy Nam :   Em là người Trung Quốc phải không?

  Anh Kim :   Dạ không phải. Em là người Hàn Quốc.

3. *Anh Lê* :   Chào Lan.

  Cô Lan :   Chào anh.

  Anh Lê :   Xin giới thiệu: đây là anh Park.

  Cô Lan :   Chào anh Park.

  Anh Lê :   Chào cô. Hân hạnh được gặp cô. Xin lỗi, cô tên gì?

  Cô Lan :   Dạ, em tên Lan. Anh Park là người Hàn Quốc phải

  Anh Park :   không?

                Dạ phải.

II. TỪ VỰNG :

giới thiệu	소개하다	không phải	~아니다. (부정)
giáo viên	교사	xin giới thiệu	소개하겠습니다.
Trung Quốc	중국	đây là....	이분은….
Hàn Quốc	한국	hân hạnh được gặp....	만나서 반갑습니다.
dạ	네, 예	xin lỗi	실례합니다.

III. GIẢI THÍCH NGỮ PHÁP

1. *"Là"* : (quan hệ từ) là từ biểu thị quan hệ giữa chủ ngữ và vị ngữ

　　　　(주어와 서술어 사이의 관계를 나타낼 때 쓰인다.)

　　a) *Hình thức khẳng định* 긍정문 :

　　　　Ví dụ : - Anh Park　*là* sinh viên.

　　　　　　　 - Đây *là* cô Lan.

　　b) *Hình thức phủ định* 부정문 :

　　　　Ví dụ : - Anh Park　*không phải là* sinh viên.

　　　　　　　 - Đây *không phải là* cô Lan.

　　c*) Hình thức nghi vấn* 의문문 :

HỎI	ĐÁP
- Anh Park *là* sinh viên *phải không?*	- Dạ, *phải.* (Anh Park *là* sinh viên)
	- Dạ, *không phải.* (Anh Park *không phải là* sinh viên)
- Đây *là* cô Lan *phải không?*	- Dạ, *phải.* (Đây *là* cô Lan)
	- Dạ, *không phải.* (Đây *không phải là* cô Lan)

2. *"Tôi"*, *"Em"* : là những từ người nói dùng để xưng hô.

　　　　(화자가 자신을 지칭할 때 쓰인다.)

- "*Tôi*" : là từ dùng bình thường. Từ này cũng được dùng trong trường hợp người nghe và người nói là đồng nghiệp hoặc thầy giáo nói với sinh viên (가장 일반적으로 사용되며, 동등한 관계에서, 혹은 선생님이 학생들 앞에서 말할 때 쓰인다.)

- "*Em*" : là từ mà sinh viên nói với thầy giáo , cô giáo hoặc người nói nhỏ tuổi hơn người nghe một chút (학생이 선생님 앞에서 말할 때 쓰여지며, 화자가 나이가 더 어릴 때 주로 사용한다.)

3. *Đây* là........./ *Kia* là........... :

- "*Đây*" dùng để chỉ người hay vật gần người nói, "Kia" dùng để chỉ người hay vật xa người nói ("Đây" 사람 혹은 화자와 가까이 있는 물건을 가리킬 때 쓰인다. "*Kia*" 사람 혹은 화자와 조금 떨어져 있는 사물을 가르킬 때 쓰인다.)

Ví dụ :

HỎI	ĐÁP
- Đây là *ai*?	- Đây là *cô Lan*.
- Kia là *ai*?	- Kia là *anh Kim*.
- Đây là *cái gì*?	- Đây là *tờ báo*.
- Kia là *cái gì*?	- Kia là *quyển sách*.

IV. LUYỆN TẬP :

1. Hoàn thành những câu dưới đây :

a) Anh Park.. ?

   - Dạ phải. Anh Park là sinh viên.

b) Cô Lan .... ?

   - Dạ phải. Cô Lan là người Việt Nam.

c) Đây là .... ?

   - Dạ phải. Đây là tờ báo.

d) Anh Lê.. ?

   - Dạ không phải. Anh Lê không phải là giáo viên. Anh Lê là.........

e) Kia là .... ?

   - Dạ không phải. Kia không phải là anh Kim. Kia là

2. Chuyển những câu dưới đây thành câu phủ định :

a) Cô Lan là người Việt Nam.   → ....

b) Anh Kim là sinh viên.   → ....

c) Cô Kim là giáo viên.   → ....

d) Đây là máy vi tính.   → ....

e) Chị Linh là phóng viên.   → ....

3. Dùng "tôi" hoặc "em" :

a) *Thầy giáo* :   Chào ....!

  Sinh viên :   Chào thầy. Thầy khỏe không ạ?

  Thầy giáo :   Cám ơn, ...khỏe. Còn.............?

  Sinh viên :   Dạ, cám ơn thầy, ...khỏe

b) (*Anh Lee 30 tuổi, cô Lan 23 tuổi*) :

  Anh Lee :   Cô tên gì?

  Cô Lan :   ....tên là Lan. Còn anh?

  Anh Lee :   ....tên là Lee.

BÀI ĐỌC

Tôi là Nam. Tôi là người Việt Nam. Tôi không phải là phóng viên. Tôi là sinh viên. Tôi học tiếng Anh.

Đây là anh Kim. Còn kia là anh Park. Anh Kim và anh Park mới đến việt Nam. Anh Kim và anh Park học tiếng Việt. Anh Park muốn học tiếng

Nhật. Anh Kim không muốn học tiếng Nhật. Còn bạn?

Từ vựng :

tiếng Anh	영어	bạn ("anh", "chị" "cô"와
và	그리고, ~와	마찬가지로 화자와 청자의 나이가
tiếng Việt	베트남어	비슷할 때 친밀함을 나타내며
tiếng Nhật	일어	사용됨).
muốn	~원하다.	
không	~아니다.(부정)	

 ଔଷ

Bài 3 :

TÔI HỌC TIẾNG VIỆT

I. HỘI THOẠI :

1. *Cô Lan* :   Chào anh. Anh là sinh viên Hàn Quốc phải không?

   Anh Kim :   Dạ phải. Tôi học tiếng Việt.

   Cô Lan :   Còn đây là ai?

   Anh Kim :   Xin giới thiệu: đây là anh Hong Yeon Ho. Anh ấy không
   học tiếng Việt.

   Cô Lan :   Còn kia là ai?

   Anh Kim :   Kia là cô Kim.

   Cô Lan :   Cô ấy có học tiếng Việt không?

   Anh Kim :   Dạ có, cô ấy học tiếng Việt.

2. *Cô Lan* :   Anh học gì?

   Anh Park :   Tôi học tiếng Việt.

   Cô Lan :   Tiếng Việt thế nào?

   Anh Park :   Tiếng Việt rất thú vị.

   Cô Lan :   Anh có học tiếng Nhật không?

   Anh Park :   Dạ không. Tôi không học tiếng Nhật.

II. TỪ VỰNG :

học	공부하다	rất	매우
anh ấy	그분 (3인칭 남자)	thú vị	재미있다.
cô ấy	그녀 (3인칭 여자)	tiếng Nhật	일본어
gì	무엇 (의문사)		

III. GIẢI THÍCH NGỮ PHÁP :

1. Cấu trúc câu đơn giản của tiếng Việt là (베트남어의 단문 구조) :

> **Chủ ngữ** (주어) **– Động từ** (동사) **– Danh từ làm tân ngữ** (목적어 : 명사)

Ví dụ :

Chủ ngữ	*động từ*	*(danh từ)*
Tôi	học	tiếng Việt
Anh Kim	xem	ti vi
Cô Lan	đọc	sách

2. *"Gì"* **là từ dùng để hỏi danh từ làm tân ngữ** (" *Gì* " 목적어를 물을 때 사용되는 의문사)

Ví dụ :

　　a) Anh học *gì?*　　　- Tôi học *tiếng Việt.*
　　b) Anh Kim xem *gì?*　　- Anh Kim xem *ti vi.*
　　c) Cô Lan đọc *gì?*　　　- Cô Lan đọc *sách.*

3. *Câu hỏi* " *Chủ ngữ* + CÓ + *động từ* + ...KHÔNG?".

(주어 + Có + 동사 + ... Không? 의 의문문)

Ví dụ :

　　- Anh *có* học tiếng Việt *không?*
　　- Anh Kim *có* xem ti vi *không*?
　　- Cô Lan *có* đọc sách *không*?

Trả lời :

　　- **Dạ có** (Dạ vâng). (Tôi học tiếng Việt) (khẳng định)
　　- **Dạ không**. (Tôi **không** học tiếng Việt) (phủ định)

IV. LUYỆN TẬP :

1. Tra từ điển để biết nghĩa các từ sau (아래의 단어를 찾아 뜻을 쓰시오.)

<table>
<tr><td>(Động từ)</td><td>(Danh từ)</td></tr>
<tr><td>- uống :</td><td>- cơm :</td></tr>
<tr><td>- ăn :</td><td>- mẹ :</td></tr>
<tr><td>- chơi :</td><td>- ba (cha) :</td></tr>
<tr><td>- biết :</td><td>- thư :</td></tr>
<tr><td>- nghe :</td><td>- cà phê :</td></tr>
<tr><td>- viết :</td><td>- máy vi tính :</td></tr>
<tr><td>- sử dụng :</td><td>- bóng bàn :</td></tr>
<tr><td></td><td>- nhạc :</td></tr>
<tr><td></td><td>- tiếng Nga :</td></tr>
</table>

2. Sử dụng những từ trên để rả lời câu hỏi (위의 단어들을 사용하여 다음 질문에 답하시오).

a) Anh Kim uống gì? ....

b) Mẹ viết gì? ....

c) Ba ăn gì? ....

d) Cô Lan sử dụng gì? ....

e) Anh Park chơi gì? ....

f) Chị Hà biết gì? ....

g) Cô Lee nghe gì? ....

3. Đặt câu hỏi cho những câu sau. (의문문을 만드시오).

a) .... ?

- Dạ có (Dạ vâng), anh Kim biết tiếng Việt.

b) .... ?

- Dạ không, tôi không uống cà phê.

c) .... ?

   - Dạ có (Dạ vâng), cô Lan học tiếng Anh.

d) .... ?

   - Dạ phải, tôi là người Hàn Quốc.

e) .... ?

   - Dạ không phải, đây là cô Kim.

f) .... ?

   - Dạ không, mẹ không viết thư.

4. Đánh dấu (✓) vào câu đúng và dấu (O) vào câu sai. Sửa lại câu sai (맞는 문장에 (✓) 표, 틀린 문장에 (O)를 표시하고, 틀린 문장을 알맞게 고치시오.)

    Ví dụ :

       - Tôi đọc báo   (✓)

       - Tôi ăn thư   (O) → Tôi ăn cơm.

a) Tôi uống máy vi tính   (   ).

b) Ba đọc thư   (   ).

c) Thầy giáo xem cà phê   (   ).

d) Anh Park học tiếng Việt   (   ).

e) Tôi biết nhạc   (   ).

f) Cô Hà chơi sách   (   ).

g) Mẹ viết bóng bàn   (   ).

BÀI ĐỌC

    Tôi mới đến Việt Nam. Tôi học tiếng Việt. Tôi sống ở ký túc xá. Tôi sống ở phòng số 2. Phòng của tôi rất đẹp. Phòng của tôi có một ti vi, một điện thoại, một máy lạnh. Tôi có một máy vi tính, một xe đạp. Bạn của tôi là anh Kim Doo Huyn. Anh ấy không có xe đạp.

Từ vựng :

sống	살다	đẹp	아름답다
ở	~에서	có	~있다
ký túc xá	기숙사	điện thoại	전화
phòng	방	máy lạnh	에어컨
số 2 (= hai)	2호	xe đạp	자전거
1 (= một)	하나	bạn	친구
của	~의 (소유격)	không có	~없다
phòng của tôi	나의 방		

ఇ‍ళ

Bài 4 :

SỐNG Ở ĐÂU?

I. HỘI THOẠI :

1. *Anh Kim* :   Xin lỗi, thầy là thầy Nam phải không ạ?
  Thầy Nam :   Phải (vâng), em cần gì?
  Anh Kim :   Dạ, em muốn học tiếng Việt
  Thầy Nam :   Em sống ở đâu?
  Anh Kim :   Dạ, em sống ở ký túc xá. Phòng số 3.
  Thầy Nam :   Phòng của em có máy lạnh không?
  Anh Kim :   Dạ có, phòng của em có một máy lạnh.
  Thầy Nam :   Em có xe đạp không?
  Anh Kim :   Dạ có. Em có một xe đạp.

2. *Anh Kim* :   Cô Hà ơi, đây là cái gì?
  Cô Hà :   Đây là điện thoại.
  Anh Kim :   Cô có điện thoại không?
  Cô Hà :   Dạ có, tôi có một điện thoại.
  Anh Kim :   Kia là cái gì?
  Cô Hà :   Kia là xe máy.
  Anh Kim :   Cô có xe máy không?
  Cô Hà :   Dạ có, xe máy của tôi rất tốt.
  Anh Kim :   Kia là ai?
  Cô Hà :   Kia là cô Lan, bạn của tôi. Cô ấy không có xe máy.

II. TỪ VỰNG :

ở đâu	어디에서	xe máy	오토바이
cần	필요하다.	tốt	좋다
ơi : từ dùng để gọi	사람을 부를 때 쓰는 단어		

III. GIẢI THÍCH NGỮ PHÁP :

1. **"......ở đâu?"** : là từ dùng trong câu hỏi về địa điểm mà hành động diễn ra (장소에 대해 물을 때 사용되는 의문사)

    Ví dụ :

        HỎI : Anh sống *ở đâu*?

        ĐÁP : Tôi sống ở *ký túc xá*.

        HỎI : Anh học   *ở đâu*?

        ĐÁP : Tôi học ở *Việt Nam*.

    ※ Từ "*ở đâu*" luôn luôn đứng cuối câu hỏi (의문문 끝에 위치한다.)

    Ví dụ :

        HỎI : Anh học tiếng Việt *ở đâu*?

        ĐÁP : Tôi học tiếng Việt ở *Việt Nam*.

        HỎI : Anh ăn cơm *ở đâu*?

        ĐÁP : Tôi ăn cơm ở *quán ăn*.

2. **Câu hỏi "Chủ ngữ + CÓ + danh từ + KHÔNG?" dừng để xác định sở hữu** (의문문 "주어 + CO + 명사 + KHÔNG?"은 소유를 묻는 의문문)

    Ví dụ :

HỎI :	ĐÁP :
a) Cô Hà *có* xe đạp *không*?	- Dạ *có*, cô Hà *có* xe đạp (khẳng định).
	- Dạ *không*, cô Hà *không có* xe đạp (phủ định).
b) Anh *có* xe máy *không*?	- Dạ *có*, tôi *có* một xe máy (khẳng định).
	- Dạ *không*, tôi *không có* xe máy (phủ định).

3. **Từ "*của*" chỉ quan hệ sở hữu** ("*của*" 소유 (…의))

- Sách *của* anh Kim
- Máy vi tính *của* anh Park
- Xe máy *của* cô Hà
- Phòng *của* tôi
- Ti vi *của* tôi
- Điện thoại *của* anh Park

4. *Các đại từ nhân xưng* :

❶	❷	❸
tôi / em...	*anh, ông...* *chị, cô, bà, em...*	*anh ấy, ông ấy...* *chị ấy, bà ấy, cô ấy...* *em ấy...*
chúng tôi / *chúng ta ...(*)*	*các anh, các ông, ...* *các chị, các cô, các bà,* *các em, các bạn (gọi* *chung nhiều người, thân* *mật)...*	*anh ấy, ông ấy...* *chị ấy, bà ấy, cô ấy...* *em ấy....* *họ (gọi chung nhiều người)*

※ "Chúng tôi" không bao gồm người nghe, "chúng ta" bao gồm người nghe.
("Chúng tôi_ (우리)" 듣는 이를 포함하지 않는다. "chúng ta (우리)" 듣는
이를 포함한다.

IV. LUYỆN TẬP :

1. *Luyện tập đọc các số sau* (숫자 읽기 연습) :

1 = ***một***	11 = (mười + một) ⇨ ***mười một***
2 = *hai*	12 = *mười hai*
3 = *ba*	13 = *mười ba*
4 = *bốn*	14 = *mười bốn*
5 = ***năm***	15 = *mười **lăm***
6 = *sáu*	16 = *mười sáu*
7 = *bảy*	17 = *mười bảy*
8 = *tám*	18 = *mười tám*
9 = *chín*	19 = *mười chín*
10 = ***mười***	20 = (hai + ***mươi***) ⇨ ***hai mươi***

2. *Sử dụng đúng các đại từ nhân xưng* :

Ví dụ : - Cô Hà là sinh viên. **_Cô ấy_** sống ở thành phố Hồ Chí Minh.

a) Anh Nam là người Hàn Quốc. .... mới đến việt Nam.

b) Chị Lan là phóng viên. .... có một xe máy.

c) Ông Nam là giáo viên. .... đọc sách.

d) Đây là em Lam. .... rất đẹp.

e) Tôi và anh Nam sống ở thành phố Hồ chí Minh. ... là sinh viên.

f) Cô Lan, cô Hà và anh Nam là bạn của tôi. .... rất tốt.

3. *Tra từ điển để biết nghĩa của những từ sau* (다음 단어들을 사전에서 찾으시오.)

(*động từ*)	(*danh từ*)	
mua :	hiệu sách :	siêu thị :
làm việc :	rạp chiếu bóng :	thức ăn :
dạy :	chợ :	công ty :
	nhà hàng :	

4. *Trả lời câu hỏi "......ở đâu?"* :

Ví dụ : - Chị học tiếng Việt *ở đâu?*   -Tôi học tiếng Việt *ở Việt Nam.*

a) *Anh sống ở đâu?*   -..

b) *Chị Lam mua sách ở đâu?*   -..

c) *Anh Park mua thức ăn ở đâu?*   -..

d) *Cô ăn cơm ở đâu?*   -..

e) *Anh Kim xem phim ở đâu?*   -..

f) *Thầy Nam dạy tiếng Việt ở đâu?*   -..

g) *Cô ấy làm việc ở đâu?*   -..

5. *Trả lời câu hỏi* :

    Ví dụ : - Đây là sách *của ai?*   - Đây là sách *của **anh Kim.***

a) Đây là tờ báo của ai?   -..

b) Kia là ti vi của ai?   -..

c) Xe đạp của ai?   -..

d) Máy vi tính của ai?   -..

e) Anh Nam là bạn của ai?   -..

f) Thức ăn của ai?   -..

6. *Đọc bài đọc và thực tập đặt câu hỏi* (bài đọc을 읽고 의문문을 만드시오.)

BÀI ĐỌC

    Cô Kim là nhân viên. Năm nay, cô Kim 23 tuổi. Cô Kim làm việc ở công ty. Cô ấy là bạn của anh Bình.

    Cô Kim mới học tiếng Việt. Thầy giáo của cô Kim là thầy Nam. Thầy Nam dạy tiếng Việt ở trường đại học.

    Cô Kim sống ở nhà trọ. Nhà trọ rất sạch. Cô Kim không có xe máy. Cô ấy chỉ có một xe đạp. Cô Kim có một máy vi tính. Máy vi tính của cô ấy rất tốt.

a) *Từ vựng* :

năm nay	올해	trường đại học	대학교
23 = *hai mươi ba*		nhà trọ	셋집
tuổi	나이	chỉ	단지
mới	금방, 이제		

b) ***Đặt câu hỏi và trả lời*** :

- Cô Kim làm gì?

- Năm nay, cô Kim bao nhiêu
  tuổi?

- ....?

- ....?

- ....?

- ....?

→ Cô Kim là nhân viên.

→ Năm nay, cô Kim 23 tuổi.

→ ....

→ ....

→ ....

→ ....

ଔ৪ଓ

Bài 5 :

ĐI MUA SẮM

I. HỘI THOẠI :

(Cô Kim mới đến thành phố Hồ Chí Minh. Hôm nay, cô Lan đưa cô Kim đi mua sắm – *Miss Kim*은 호치민시에 막 도착했다. 오늘 *Lan*은 *Kim*과 함께 쇼핑을 하러 간다.)

1. *Tại hiệu sách* (서점에서) :

Cô Kim :	Tôi muốn mua một quyển từ điển.
Cô Lan :	Từ điển gì?
Cô Kim :	Từ điển Anh – Việt.
Cô Lan :	(hỏi người bán) Ở đây có từ điển Anh – Việt không?
Người bán :	Dạ có, ở đằng kia.
Cô Lan :	Cám ơn.
	Hiệu sách này lớn quá!

2. *Tại siêu thị* (백화점에서) :

Cô Kim :	Cái này là cái gì?
Cô Lan :	Cái này là túi xách. Túi xách này rẻ quá!
Cô Kim :	Tôi muốn mua một cái. Còn đây là cái gì?
Cô Lan :	Đây là dầu gội đầu, xà phòng. Ở đằng kia là đồng hồ, nón, giầy, gương, lược.
Cô Kim :	Tôi muốn mua một chai dầu gội đầu, một cái nón, một đôi giày. À, một cục xà phòng nữa.
Cô Lan :	Đôi giầy này mắc quá!

3. *Tại chợ Bến Thành* (벤탄 시장에서) :

Cô Kim :	Con này là con gì?
Cô Lan :	Tiếng Việt gọi là "*con gà*". Con gà này nhỏ quá.

Con gà kia to.

Cô Kim :	Tiếng Việt gọi con này là con gì?
Cô Lan :	Tiếng Việt gọi là "*con vịt*".
Cô Kim :	Còn con này?
Cô Lan :	Con này là "*con cá*".
Cô Kim :	Tôi muốn mua cá.

II. TỪ VỰNG :

đi mua sắm	쇼핑하다	mắc (đắt)	비싸다
quyển	(책 한)권	nhỏ	작다
từ điển	사전	nón (= mũ)	모자
hỏi	묻다	đôi	켤레
người bán	파는 사람	giầy	구두
này	이(것)	gương	거울
to	크다	lược	빗
quá	매우	cục	비누(한) 개
cái	종별사	(= bánh)	
	(무생물)	xà phòng	
Chai	(한)병	gọi (là)	부르다.
đầu gội đầu	종별사	con gà	닭
xà phòng	샴푸	con vịt	오리
(= xà bông)	비누	con cá	물고기
rẻ	싸다		

III. GIẢI THÍCH NGỮ PHÁP :

1. Loại từ (종별사)

    a) Trong tiếng Việt, có một số loại từ đứng trước danh từ :

       - *Cái* : thường đứng trước những danh từ chỉ đồ vật.

        - 1 *cái* bàn   - 5 *cái* ghế   - 4 *cái* ti vi   - Đây là *cái* nhà...

       - *Con* : thường đứng trước những danh từ chỉ động vật :

        -1 *con* gà   -2 *con* chó   -2 *con* vịt   -Đây là *con* cá...

       - *Quyển* (=cuốn) : thường đứng trước những danh từ chỉ sách, lịch :

        -1 *quyển* từ điển   -5 *quyển* lịch   -6 *quyển* tiểu thuyết

        -Đây là *quyển* nhật ký...

    b) Cách sử dụng loại từ :

      -*Khi có số từ* (숫자와 함께 쓰일 때)

        Ví dụ : -Tôi mua <u>2</u> *quyển* từ điển.

               -Tôi có <u>1</u> *cái* ghế.

      -*Khi có từ "là" đứng trước.* (동사 *"là"*의 뒤에서)

        Ví dụ : - Đây <u>*là*</u> *cái* ti vi.

               - Kia <u>*là*</u> *quyển* từ điển Anh – Việt.

      -*Khi có từ chỉ định* "*này*" *và* "*kia*" / (*đó*) ("này", "kia"/(đó)와 함께 쓰일 때)

        Ví dụ : -*Quyển* sách <u>này</u>, *cái* bàn <u>kia</u>... (이 책, 저 책상…)

2. *Những danh từ chỉ đơn vị* (단위를 나타내는 명사)

    a) Trong tiếng Việt, có một số danh từ chỉ đơn vị đứng trước danh từ.

      (베트남어에서는 명사 앞에 위치해 그 단위를 나타내는 명사가 있다.)

    Ví dụ :

      - *Chai* : (병)

        - 2 *chai* bia   - 4 *chai* dầu gội đầu

        - 1 *chai* nước suối   - Đây là *chai* sữa

- ***Cục*** : (개(덩어리))

  - 2 *cục* xà phòng (= 2 *bánh* xà phòng)...

  - 5 *cục* kẹo (= 5 *viên* kẹo)...

- ***Đôi*** : (   )

  -1 *đôi* giầy, 2 *đôi* vớ, 2đôi bít tất..

b) **Cách sử dụng** : như các loại từ. (종별사처럼 사용한다.)

  Ví dụ :

  - Tôi mua <u>2</u> *chai* bia.

  - Cho tôi <u>1</u> *chai* nước suối.

  - Đây <u>*là*</u> *đôi* giầy của tôi.

  - <u>***Đôi***</u> giầy này rất đẹp.

c) **Các đại từ chỉ định** (지정사) :

  Các từ *"Này"* và *"kia"/ (đó)* dùng để chỉ định cho danh từ .

  Ví dụ : -Túi xách *này*, con gà *này*, đôi giầy *kia* ....

IV. LUYỆN TẬP :

1. *Cách nói số* :

1 = ***một***	11 = *mười **một***	21 = *hai mươi **mốt***
2 = hai	12 = mười hai	22 = hai mươi hai
5 = ***năm***	15 = *mười **lăm***	25 = hai mươi lăm
10 = ***mười***	20 = *hai **mươi***	30 = *ba **mươi***
	60 = sáu mươi	70 = bảy mươi

31 = *ba mươi **mốt*** ....

32 = ba mươi hai ....

35 =ba mươi lăm   ....

40 = bốn mươi   50 = năm mươi

80 = tám mươi   90 = chín mươi

2. *Thêm từ vào chỗ trống* :

a) Tôi có 20 .... sách.

b) Đây không phải là .... từ điển.

c) Anh có 2 .... giầy phải không?

d) .... nón của cô Lee đẹp quá!

e) Cho tôi 4 .... bia.

f) Kia là ....gương phải không?

g) Dạ không phải, kia là .... lược.

h) .... chó này đẹp quá!

i) .... máy vi tính này rất cũ.

j) Tôi muốn mua 2 .... gà.

3. *Tra từ điển để biết nghĩa của các từ sau* :

- quạt máy   - con bò   - xấu

- áo   - con heo (= lợn)   - béo (=mập)

- quần   - con chim   - gầy (=ốm)

- cặp sách   - con mèo   - mới

4. *Đặt câu hỏi, sau đó trả lời. Sử dụng những từ : <u>xấu, béo, gầy, mới, cũ, to,</u>*
<u>nhỏ, rẻ, mắc, đẹp, tốt.</u>

Ví dụ : *<u>Quyển sách</u>* này thế nào?

- Quyển sách này *<u>mới</u>*.

<table>
<tr><td align="center">HỎI</td><td align="center">ĐÁP</td></tr>
<tr><td>a) ....áo này thế nào?</td><td>a) ....</td></tr>
<tr><td>b) ....quạt máy kia thế nào?</td><td>b) ....</td></tr>
<tr><td>c) ....gà này thế nào?</td><td>c) ....</td></tr>
<tr><td>d) ....giầy này thế nào?</td><td>d) ....</td></tr>
<tr><td>e) ....đầu gội đầu kia thế nào?</td><td>e) ....</td></tr>
<tr><td>f) ....từ điển này thế nào?</td><td>f) ....</td></tr>
<tr><td>g) ....xà phòng này thế nào?</td><td>g) ....</td></tr>
<tr><td>h) ....nón kia thế nào?</td><td>h) ....</td></tr>
<tr><td>i) ....cặp sách này thế nào?</td><td>i) ....</td></tr>
<tr><td>j) ....quần kia thế nào?</td><td>j) ....</td></tr>
</table>

BÀI ĐỌC
Chợ Bến Thành

Chợ Bến Thành nằm ở quận 1, thành phố Hồ Chí Minh. Ở đây có nhiều hàng hoá. Người nước ngoài thường đi chợ Bến Thành. Họ thường mua áo, quần, giầy, túi xách, nón. Họ cũng mua thức ăn như: cá, gà, vịt.

Hôm nay, cô Lan đưa cô Lee đi chợ Bến Thành. Cô Lee muốn mua một con gà. Con gà này rất rẻ. Cô Lee thích thịt gà.

1. *Từ vựng* :

nằm	위치하다	người nước ngoài	외국인
quận	군(행정구역)	như	~와 같은
ở đây	여기에서	thích	좋아하다
nhiều	많다	thịt gà	닭고기
hàng hoá	상품		

2. *Đặt câu hỏi* :

a) .... ?

→ Chợ Bến Thành nằm ở quận 1, thành phố Hồ Chí Minh.

b) .... ?

→ Ở đây có nhiều hàng hoá.

c) .... ?

→ Người nước ngoài thường mua áo, quần, giầy, túi xách, nón.

d) .... ?

→ Họ cũng mua thức ăn như: cá, gà, vịt.

e) .... ?

→ Cô Lee muốn mua một con gà.

f) .... ?

→ Con gà này rất rẻ.

CℨℬO

Bài 6 :

ÔN TẬP

1. Đọc đoạn dưới đây :

Xin chào. Tôi tên là Nam. Tôi là người Việt Nam. Năm nay, tôi 24 tuổi. Tôi không phải là sinh viên. Tôi là nhân viên. Tôi sống ở quận 3, thành phố Hồ Chí Minh. Tôi làm việc ở công ty. Tôi không có xe máy. Tôi thường xem ti vi. Tôi cũng thường đọc báo.

2. Còn bạn?

3. Điền từ vào chỗ trống :

a) *Thầy Nam* : Chào..................., em có...........................không?

   Sinh viên : Dạ, cám ơn ...., ...khỏe.

   Còn.........................?

   Thầy Nam : Cám ơn, ...khỏe. Đây là ai?

   Sinh viên : Xin.........................: Đây là anh Park.

   Anh Park là.........................Hàn Quốc.

   Thầy Nam : Chào.........................!

   Anh Park : Chào.........................!

b) *Cô Lan* :   Chào ....!

Anh Kim :   Chào ....!

Cô Lan :   Anh ....người Trung Quốc..........................?

Anh Kim :   Dạ, không phải. Tôi ....Hàn Quốc. Cô là sinh viên ....?

Cô Lan :   Dạ phải, tôi .... Chào anh, hẹn...............lại.

Anh Kim :   Chào cô, hẹn.....................lại.

4. Hỏi nghề nghiệp : (직업에 대한 질문)

Ví dụ :

HỎI :   ĐÁP :

- Cô Lan <u>*làm gì*</u>?   ⇨ <u>*Cô ấy*</u>   là <u>*sinh viên*</u>.

- Cô Lan <u>*làm nghề gì*</u>?   ⇨ <u>*Cô ấy*</u>   là <u>*sinh viên*</u>.

a) Ông Hải làm gì?   ⇨ ....(giáo viên).

b) Cô Hà làm gì?   ⇨ ....(phóng viên).

c) Cô Thanh làm gì?   ⇨ ....(nhân viên).

d) Anh Park làm gì?   ⇨ ....(giám đốc).

e) Chị Hoa làm gì?   ⇨ ....(bác sĩ).

f) Anh Bình làm gì?   ⇨ ....(tài xế).

5. Nói tuổi :

Ví dụ :

- Anh Park *bao nhiêu* tuổi?   ⇨ *Anh ấy* <u>27</u> tuổi.

a) Anh Bình bao nhiêu tuổi?   ⇨ ....24.....................

b) Chị Hà bao nhiêu tuổi?   ⇨ ....32.....................

c) Ông Nam bao nhiêu tuổi?   ⇨ .... 55.....................

d) Bà Thu bao nhiêu tuổi?   ⇨ ....52.............
e) Cô Lee bao nhiêu tuổi?   ⇨ ....21.............
f) Cô Lan bao nhiêu tuổi?   ⇨ ....20.............

6. Đặt câu hỏi :

Ví dụ :

<table>
<tr><td>HỎI :</td><td>ĐÁP :</td></tr>
<tr><td>- <u>*Anh là người Việt Nam phải không*</u>?</td><td>⇨ Dạ phải, tôi là người Việt Nam.</td></tr>
<tr><td>a) ....?</td><td>⇨ Dạ phải, chị Hà là sinh viên.</td></tr>
<tr><td>b) ....?</td><td>⇨ Dạ có, anh Bình có 1 đôi giầy.</td></tr>
<tr><td>c) ....?</td><td>⇨ Dạ không, cô Lee không học tiếng Việt.</td></tr>
<tr><td>d) ....?</td><td>⇨ Dạ có, tôi muốn uống cà phê.</td></tr>
<tr><td>e) ....?</td><td>⇨ Dạ phải, anh Chang là người Trung Quốc.</td></tr>
<tr><td>f) ....?</td><td>⇨ Dạ không, tôi không đi học.</td></tr>
</table>

7. Trả lời câu hỏi (dùng từ trong ngoặc) : (질문에 대해 알맞게 대답하시오.)

a) Cô Lan làm việc ở đâu?   ⇨ ....(công ty này).
b) Ông Nam sống ở đâu?   ⇨ ....(quận 1).
c) Cô Lee học ở đâu?   ⇨ ....(trường đại học).
d) Bà Thu mua thức ăn ở đâu?   ⇨ ....
(chợ Bến Thành).
e) Chị Hà mua sách ở đâu?   ⇨ ....(hiệu sách).
f) Anh sống ở đâu?   ⇨ ....(ký túc xá).
g) Anh Kim mua dầu gội đầu ở đâu?   ⇨ ....(siêu thị).

8. Đọc và viết các số : (다음 숫자를 읽고 쓰시오.)

- 8 = *tám*   - 10 = ...   - 11= ....
-14 = ...   - 21 = ...   - 32 = ...
-16 = ...   - 15 = ...   - 5= ....
-40 = ...   - 43 = ...   - 44 = ...
-51 = ...   - 55 = ...   - 57 = ...
-60 = ...   - 84 = ...   - 89 = ...
-65 = ...   - 95 = ...   -111 = ...
-80 = ...   -100 = ...

9. Chọn các từ ở (B) thích hợp với (A) :

(A와 적합한 단어를 B에서 고르시오. / 서로 어울리는 단어끼리 연결하시오.)

(A)	(B)
a) Đây là...	....bóng bàn
b) Phòng của tôi...	.... ở nhà trọ.
c) Tôi sống	....2 chai bia
d) Mẹ của tôi.....	.... rẻ quá!
e) Bạn của cô Lee.....	..... quyển từ điển Anh – Việt.
f) Máy vi tính của tôi.....	.....rất tốt.
g) Anh Kim chơi....	.... đi chợ Bến Thành
h) Cho tôi....	..... làm nghề gì?
i) Con gà này....	... không có máy lạnh.

10. Hoàn thành những câu dưới đây :

a) Người nước ngoài thường...

b) Anh Kim có...không?

c) Đây là ....phải không?

d) Đôi giầy này...

e) Chúng tôi thích...

f) Ba cuả tôi ....ti vi.

11. Đánh dấu X vào những từ nào không cùng loại? (성격이 다른 단어에 X표하시오.)

a) sinh viên, giáo viên, phóng viên, uống, y tá, thú vị.

b) giới thiệu, chào, đến, cô ấy, chơi, thế nào, nghe.

c) rẻ, mắc, đẹp, bình thường, cái quạt máy, con chó, nhỏ.

d) cô ấy, anh ấy, chị, cô, ông, bà, tôi, Kim Se Won, thầy giáo.

e) thế nào, ở đâu, phải không, của ai, cám ơn, xin lỗi.

f) đôi giầy, một, năm, bảy, chín, mười, mười lăm, hỏi.

12. Điền từ thích hợp vào chỗ trống : (빈 칸에 적합한 단어를 쓰시오.)

a) Xin ...., xin giới thiệu: đây là ....Bến Thành.

b) Anh Kim muốn mua.............................ở siêu thị.

c) Chúng tôi muốn ....tiếng Việt.

d) Hôm nay, cô Lee ....đi hiệu sách.

e) Đây là quyển sách ....anh Bình.

f) Quyển từ điển Anh – Việt này....................quá!

g) Con gà kia rất............................

ন্তক্তি

Bài 7 :

ANH ĐI HỌC LÚC MẤY GIỜ?

I. HỘI THOẠI :

1. *Anh Bình* : Anh Kim ơi, hôm nay anh có đi học không?

   Anh Kim : Dạ có.

   Anh Bình : Anh đến trường lúc mấy giờ?

   Anh Kim : Tôi đến trường lúc 8:00 (8 giờ).

   Anh Bình : Anh sẽ ăn trưa ở đâu?

   Anh Kim : Tôi sẽ ăn trưa ở   căn-tin của trường.

   Anh Bình : Anh thường ăn trưa lúc mấy giờ?

   Anh Kim : Tôi thường ăn trưa lúc   12:00 (12 giờ).

2. *Cô Lan* : Anh học tiếng Việt ở đâu?

   Anh Kim : Ở trường Đại học Khoa học xã hội và Nhân văn.

   Cô Lan : Anh học vào thứ mấy?

   Anh Kim : Tôi học vào thứ hai, thứ tư và thứ sáu.

   Cô Lan : Anh học từ mấy giờ đến mấy giờ?

   Anh Kim : Tôi học từ 8:00 đến 11:00.

   Cô Lan : Cám ơn anh.

   Anh Kim : Không có chi!

II. TỪ VỰNG :

(lúc) mấy giờ?	몇시입니까?	thường	보통
hôm nay	오늘	ngày mấy?	며칠
đi học	공부하러 가다	đi	가다
đến trường	학교에 가다	vào thứ mấy?:	무슨 요일에?
sẽ	~할 것이다.(미래)	từ.....đến......	~부터 ~까지

ăn trưa	점심먹다	mấy giờ?	몇시입니까?
căn-tin	학생식당, 매점	không có chi	천만에요!
		= không có gì!	

III. GIẢI THÍCH NGỮ PHÁP :

1. Cách nói giờ : (시간 읽는 법)

- 8:00 = *tám giờ*.
- 12:00 = *mười hai giờ* .
- 8:20 = *tám giờ hai mươi*.

2. Các ngày trong tuần : (요일)

- Thứ hai   - Thứ sáu
- Thứ ba   - Thứ bảy
- Thứ tư   - Chủ nhật
- Thứ năm

3. " *Từ mấy giờ đến mấy giờ?* ":Dùng để hỏi một quãng thời gian

(몇시부터 몇시까지의 일정시간에 대해 쓰는 표현)

Ví dụ :

HỎI : Anh làm việc *từ mấy giờ đến mấy giờ?*

ĐÁP: Tôi làm việc *từ 8:00 đến 11:00*.

4. Thời gian trong ngày : (하루중 시간)

-**Buổi sáng** : Từ 00:00 đến 11:00
-**Buổi trưa** : Từ 11:00 đến 13:00
-**Buổi chiều** : Từ 13:00 đến 18:00 (=6:00)
-**Buổi tối** : Từ 18:00 (= 6:00) đến 22:00 (10:00)
-**Buổi đêm** : Từ 22:00 (=10:00) đến 24:00 (00:00)

5. **"*Sẽ*"** : Phụ từ, đứng trước động từ vị ngữ để biểu thị hành động xảy ra trong tương lai (조동사, 서술동사 앞에 위치하여 장차 일어날 행동을 나타내는 데 쓰임).

   Ví dụ :

   - Tôi *sẽ* sống ở Việt Nam. (나는 베트남에서 살것이다)

   - Chúng tôi *sẽ* làm việc ở công ty. (우리는 회사에서 일할 것이다)

6. **"*Thường*"** : Phụ từ, đứng trước động từ vị ngữ để biểu thị hành động lặp đi lặp lại (부사, 서술동사 앞에 위치하여 여러번 반복되어 지는 행동을 나타내는데 쓰임.)

   Ví dụ :

   - Anh Park *thường* đi học lúc 7:30. (Mr.박은 주로 7시30분에 학교에 간다).

   - Bạn của tôi thường viết thư cho tôi. (내 친구는 나에지 자주 편지를 쓴다).

IV. LUYỆN TẬP :

1. *Xem thời gian biểu hàng ngày của anh Kim* :

	7:15	*Thức dậy*
	7:15 đến 7:30	*Rửa mặt*
Buổi sáng:	7:30	*Ăn sáng*
	8:00	*Đi học tiếng Việt*
	11:30	*Về nhà*
Buổi trưa:	12:00	*Ăn trưa*
	13:00 (=1:00)	*Nghỉ trưa*
	14:00 (=2:00)	*Đến công ty*
Buổi chiều:	Từ 14:00 (= 2:00) đến 18:00 (=6:00)	*Làm việc*

Buổi tối:	Từ 18:00 đến 19:00 (= 7:00)	*Ăn tối*
	Từ 19:00 đến 22:30 (10:30)	*Xem ti vi và đọc sách*
	22:30	*Đi ngủ*

2. Trả lời câu hỏi :

a) Anh Kim thức dậy lúc mấy giờ?

- ....

b) Anh Kim rửa mặt từ mấy giờ đến mấy giờ?

- ....

c) Anh Kim học tiếng Việt từ mấy giờ đến mấy giờ?

- ....

d) Anh Kim về nhà lúc mấy giờ?

- ....

e) Anh Kim ăn trưa lúc mấy giờ?

- ....

f) Anh Kim đến công ty lúc mấy giờ?

- ....

g) Anh Kim làm việc từ mấy giờ đến mấy giờ?

- ....

h) Anh Kim ăn tối lúc mấy giờ?

- ....

i) Anh Kim đi ngủ lúc mấy giờ?

- ....

3. Đọc thời gian biểu của Kim vá trả lời câu hỏi. (Mr. 김의 일과표를 보고 다음 질문에 답하시오) :

Ví dụ :

HỎI : Anh Kim *làm gì* lúc 7:15?

↓

ĐÁP :Anh ấy *thức dậy* lúc 7:15.

a) Anh Kim làm gì lúc 7:30 sáng?

\- ....

b) Anh Kim làm gì lúc 8:00 sáng?

\- ....

c) Anh Kim làm gì lúc 13:00 (= 1:00 trưa)?

\- ....

d) Anh Kim làm gì lúc 14:00 (= 2:00 chiều)?

\- ....

e) Anh Kim làm gì lúc 15:00 (= 3:00 chiều)?

\- ....

f) Anh Kim làm gì lúc 18:30 (= 6:00 tối)?

\- ....

g) Anh Kim làm gì lúc 20:00 (= 8:00 tối)?

\- ....

4. *Trả lời câu hỏi* :

Ví dụ :

HỎI : Hôm nay, bạn sẽ ăn trưa ở đâu?

ĐÁP: Hôm nay, *tôi* sẽ ăn trưa ở quán ăn.

a) Bạn thường về nhà lúc mấy giờ?

b) Hôm nay, bạn học tiếng Việt từ mấy giờ?

c) Buổi sáng, bạn thường thức dậy lúc mấy giờ?

d) Buổi tối, bạn có xem ti vi không?

e) Bạn thường đi ngủ lúc mấy giờ?

f) Bạn học tiếng Việt vào thứ mấy?

BÀI ĐỌC

Anh Kim đến Việt Nam để học tiếng Việt. Anh ấy thường đi học lúc 8:00.

Hôm nay , anh Kim đi học lúc 8:05. Anh ấy không có thời gian ăn sáng. Sau khi học tiếng Việt, anh Kim ăn trưa ở căn-tin. Anh Kim thích món ăn Việt Nam.

Anh Kim không thích xem ti-vi. Anh Kim đi ngủ lúc 10:00 tối.

Từ vựng :

để : giới từ biểu thị mục đích	~위해서	sau khi	~한 후에
8:05 : tám giờ nám phút		thích	좋아하다
thời gian	시간	món ăn	음식

C8∞

Bài 8 :

SỐ ĐIỆN THOẠI CỦA TÔI

I. HỘI THOẠI :

1. *Bình* :   Anh có điện thoại không?

  Nam :   Dạ có.

  Bình :   Điện thoại của anh số mấy?

  Nam :   904 3560.

  Bình :   Anh có điện thoại di động không?

  Nam :   Dạ có. Số điện thoại di động của tôi là 092 234567.

  Bình :   Cám ơn anh!

  Nam :   Không có chi!

2. *Cô Lan* :   A lô ! Tôi nghe đây!

  Anh Thanh :   Làm ơn cho tôi gặp thầy Minh.

  Cô Lan :   Dạ, thầy Minh đang bận. Thầy Minh sẽ gọi cho anh sau. Điện thoại của anh số mấy?

  Anh Thanh :   Dạ, 093 888456. Tôi tên là Thanh.

  Cô Lan :   Cám ơn anh! Chào anh!

  Anh Thanh :   Chào cô!

3. *Anh Bình* :   Tôi muốn gửi thư cho anh. Địa chỉ của anh ở đâu?

  Anh Nam :   Địa chỉ của tôi số 11 đường   Hùng Vương, quận 5.

  Anh Bình :   Anh có email không?

  Anh Nam :   Dạ có. Email của tôi là ana@hotmail.vn

  Anh Bình :   Anh có số Fax không?

  Anh Nam :   Dạ không. Tôi có máy nhắn tin. Số máy nhắn tin của tôi là 8032.

II. TỪ VỰNG :

☞ *Cách đọc email* : <u>ana@hotmail.vn</u>: " **a-n-a- a còng-hotmail-chấm-v-n.** "

@ = a còng (= a móc)

số mấy?	몇번입니까?
điện thoại di động	이동전화(핸드폰)
tôi nghe đây	네, 여보셔요(전화받을 때)
làm ơn	실례하지만, 미안하지만
gặp	바꾸다(만나다)
bận	바쁘다.
gọi (điện thoại)	(전화를) 걸다
gửi thư	편지를 보내다.
địa chỉ	주소
đường	길, 거리
quận	군(행정구역)
máy nhắn tin	삐삐

III. Giải thích ngữ pháp :

1. "**số *mấy*?**": "*mấy*" là từ dùng để hỏi về số, số lượng : (수량이나 수를 물을 때 쓰는 말)

Ví dụ :

HỎI : Điện thoại của anh số *mấy*?

ĐÁP : Điện thoại của tôi số <u>8000823</u>

HỎI : Hôm nay là ngày *mấy*?

ĐÁP :Hôm nay là ngày *15*.

Lưu ý :

  ※ Câu "Điện thoại của tôi số 8000823" có thể nói :

    → "Số điện thoại của tôi *là* 8000823

  ※ Từ đồng nghĩa của "*mấy*" là "*bao nhiêu*". Khi đứng trước danh từ, "*mấy*" cũng hỏi về số lượng : (mấy와 bao nhiêu는 수량을 묻는 단어로 명사 앞에 **mấy**가 온다.)

Ví dụ :

  HỎI : Toà nhà này có *mấy tầng*?

        ↓

  ĐÁP : Toà nhà này có *8 tầng*.

  HỎI : Gia đình cô có *mấy người*?

        ↓

  ĐÁP : Gia đình tôi có *4 người*.

2. Khi chúng ta muốn đề nghị hay yêu cầu người nghe làm một việc gì đó thì chúng ta phải dùng "*Làm ơn cho tôi......*". (듣는 사람에게 미안한 마음을 가지고 물을 때 사용한다.)

Ví dụ :

  - *Làm ơn cho tôi* gặp anh Park.

  - *Làm ơn cho tôi* 2 chai bia.

  - *Làm ơn cho tôi* hỏi: khách sạn Rex ở đâu?

3. Hỏi địa chỉ :

  HỎI : Địa chỉ của ....*ở đâu*?

        ↓

  ĐÁP: Địa chỉ của.........*số............đường................quận.........*

4. *Lưu ý* :

  Sau các động từ "**gửi** thư" , "**gọi** (điện thoại)", chúng ta phải sử dụng "cho" (giới từ). (동사 "**gửi**"와 "**gọi**" 뒤에는 "**cho**"를 사용한다.)

Ví dụ :

- Tôi **gửi** thư *cho* giáo sư Kim.

- Tôi **gọi** điện thoại *cho* cô Choi.

Câu hỏi :

- Anh gửi email cho *ai*?

Đáp :

- Tôi gửi email cho *cô Lee*.

IV. LUYỆN TẬP :

1. Thực tập hỏi và trả lời số điện thoại :

a) *Điện thoại của anh số mấy?* → Số điện thoại của tôi là 870 5467

b) *Điện thoại của chị Lee số mấy?* → 0980 546732

c) *Điện thoại của anh Park số mấy?* → ....879 9090.

d) *Điện thoại của thầy Nam số mấy?* → 072 833281

e) *Điện thoại di động của cô Thu số mấy?* → 0907 768 5655

2. Đọc bài sau đây và trả lời câu hỏi :

Cô Lan sống ở thành phố Hồ Chí Minh. Địa chỉ của cô ấy số 45 đường 3 tháng 2, quận 11. Điện thoại của cô Lan số 866 4356. Điện thoại di động của cô ấy số 0988 06798. Cô Lan làm việc ở trường đại học. Cô là thư ký. Văn phòng của cô ở tầng 4. Cô không có email.

<table>
<tr><td align="center">HỎI :</td><td align="center">ĐÁP :</td></tr>
</table>

a) *Cô Lan sống ở đâu?* → ....

b) *Địa chỉ của cô Lan ở đâu?* → ....

c) *Điện thoại của cô ấy số mấy?* → ....

d) *Điện thoại di động của cô Lan số mấy?* → ....

e) *Cô Lan làm việc ở đâu?* → ....

f) *Cô ấy làm gì?* → ....

g) *Văn phòng của cô ở tầng mấy?* → ....

h) *Cô Lan có email không?* → ....

3. Xem danh thiếp, đặt câu hỏi và trả lời :

<table>
<tr><td colspan="2" align="center">Trường Đại học ngoại ngữ thành phố Hồ Chí Minh
Khoa Đông Phương</td></tr>
<tr><td colspan="2" align="center">Giáo sư TRẦN THANH TÙNG</td></tr>
<tr><td>*Văn phòng :*</td><td>*Nhà :*</td></tr>
<tr><td>8 đường Sư Vạn Hạnh, quận10</td><td>14 Bùi Minh Trực, quận 8</td></tr>
<tr><td>Tầng 5</td><td>ĐT: 855 7677</td></tr>
<tr><td>ĐT : 872 5565</td><td>HP: 0905 435532</td></tr>
<tr><td>Fax : 84-8-8686823</td><td></td></tr>
</table>

<table>
<tr><td align="center">HỎI :</td><td align="center">ĐÁP :</td></tr>
</table>

a) ....? → ....

b) ....? → ....

c) ....? → ....

d) ....? → ....

e) ....? → ....

f) ....? → ....

g) ....? → ....

h) ....? → ....

4. Sắp xếp các câu dưới đây cho đúng trật tự : (아래의 단어들을 순서에 맞도록 정리하시오.)

Ví dụ :

- gửi sách/ tôi / cho/ anh Park.　　　→ Tôi gửi sách cho anh Park.

a) có/ điện thoại/ anh / không?　　　→ ....?

b) ở đâu/ của anh / địa chỉ?　　　　→ ....?

c) là gì/ tên/ anh?　　　　　　　　→ ....?

d) Hàn Quốc/ người / là / cô Lee / → ....?
phải không?

e) mua / muốn / tôi/ từ điển / từ → ....?
điển / một quyển.

f) gọi / cái này/ tiếng Việt / là gì? → ....?

BÀI ĐỌC

Hiện nay, nhiều người Việt Nam có điện thoại nhà riêng và điện thoại di động. Điện thoại rất thuận tiện. Trên đường, có nhiều trạm điện thoại công cộng. Chúng ta có thể mua thẻ điện thoại ở bưu điện. Một thẻ điện thoại là 50.000 đồng.

Từ Hàn Quốc, cô Lee gọi điện thoại cho anh Park. Cô Lee phải nhấn số 84 –8- 8000933. Số 84 là Việt Nam, số 8 là thành phố Hồ Chí Minh, số 8000933 là số điện thoại của anh Park.

Từ vựng :

thuận tiện	편리하다.
trên đường	길에서
trạm điện thoại công cộng	공중전화
có thể	~할 수 있다.
điện thoại nhà riêng	자택전화
bưu điện	우체국
50.000 = năm mươi ngàn	
phải	~해야한다.
nhấn	누르다.
thẻ điện thoại	전화카드

1. *Trả lời câu hỏi* :

a) Hiện nay, có nhiều người Việt Nam sử dụng điện thoại không?

b) Điện thoại thế nào?

c) Trên đường có cái gì?

d) Chúng ta có thể mua thẻ điện thoại ở đâu?

e) Một thẻ điện thoại bao nhiêu tiền?

f) Từ Hàn Quốc, cô Lee gọi điện thoại cho ai?

g) Cô Lee phải nhấn số mấy?

ೞ೮

Bài 9 :

TÔI MUỐN THUÊ MỘT PHÒNG

I. HỘI THOẠI :

1. *Nữ tiếp tân :*   A lô!

   Anh Lee :   A lô! Đấy là khách sạn Sài Gòn phải không?

   Nữ tiếp tân :   Dạ phải. Anh cần gì ạ?

   Anh Lee :   Tôi muốn thuê một phòng.

   Nữ tiếp tân :   Loại nào ạ?

   Anh Lee :   Cô có phòng đơn không?

   Nữ tiếp tân :   Dạ có. 15 đô-la một ngày. Phòng có máy lạnh, điện thoại, tủ lạnh và ti vi.

   Anh Lee :   Còn phòng đôi?

   Nữ tiếp tân :   Dạ, chúng tôi hết phòng đôi rồi.

   Anh Lee :   Cám ơn. Chào cô!

   Nữ tiếp tân :   Không có chi. Chào anh!

2. *Cô Hong :*   Tôi muốn thuê một phòng ở ký túc xá!

   Người hướng dẫn :   Dạ!vâng.

   Cô Hong :   Tôi cũng muốn thuê một xe máy.

   Người hướng dẫn :   Cô chạy xe máy được không?

   Cô Hong :   Dạ được.

   Người hướng dẫn :   Cô thuê xe máy từ ngày mấy đến ngày mấy?

   Cô Hong :   Từ ngày 1 đến ngày 21 tháng ba. Bao nhiêu tiền một ngày?

   Người hướng dẫn :   30 000 đồng một ngày.

II. TỪ VỰNG :

tiếp tân	호텔직원
nữ tiếp tân	호텔여직원
a lô	여보세요
đấy là......	그것은 …….
khách sạn	호텔
cần	필요하다
thuê	빌리다
loại nào?	어떤 종류?
phòng đơn	싱글룸
phòng đôi	더블룸
đô –la (USD)	US 달러
một ngày	하루
tủ lạnh	냉장고
hết.........rồi.	(방이) 없다. 다나갔다.
người hướng dẫn	안내원
được	가능하다
chạy (xe máy)	(오토바이) 타다
lái (xe hơi)	(자동차) 운전하다.
bao nhiêu?	얼마입니까?

II. GIẢI THÍCH NGỮ PHÁP :

1. ....ạ? : Sử dụng cuối câu hỏi hoặc câu trả lời để câu nói lịch sự hơn.
(예외있는 표현을 위해 의문문이나 대답의 끝에 사용한다.)

   Ví dụ :

   a) Anh có xe đạp không?

     - Dạ có, tôi có xe đạp *ạ* !

b) Anh tên gì *ạ*?

    - Tôi tên là Nam.

2. Cấu trúc của câu hỏi : "*chủ ngữ* +vị ngữ (*động từ*)+ *tân ngữ* (*danh từ*) + **được không**? : dùng để hỏi về năng lực, khả năng của người nghe. (듣는 사람의 능력이나 가능성을 물을 때 사용한다.)

    Ví dụ :

      a) Anh uống bia *được không*?

      b) Cô nói tiếng Việt *được không*?

    Trả lời :

      <u>Khẳng định</u> :

        a) Dạ *được* (vâng, được). Tôi uống bia *được*.

        b) Dạ *được* (vâng, được). Tôi nói tiếng Việt *được*.

      <u>Phủ định</u> :

        a) Dạ *không được*. Tôi *không* uống bia *được*.

        b) Dạ *không được*. Tôi *không* nói tiếng Việt *được*.

3. Chúng ta dùng câu hỏi có " .....*từ ngày mấy đến ngày mấy*" **để hỏi về một quãng thời gian.** (~부터 ~까지의 일정한 시간을 물을 때 사용한다.)

    Ví dụ :

    HỎI : Anh đến Việt Nam *từ ngày mấy đến ngày mấy*?

↓

    ĐÁP :Tôi đến Việt Nam *từ ngày 12 đến ngày 25 tháng 3*.

    ※ *Lưu ý* : Chúng ta có thể dùng "...*từ ngày **nào** đến ngày **nào**?*"

      giống như "...*từ ngày mấy đến ngày mấy?*". Ví dụ:

    HỎI : Anh đến Việt Nam *từ ngày **nào** đến ngày **nào***?

    ĐÁP : Tôi đến Việt Nam *từ ngày 12 đến ngày 25 tháng 3*.

IV. LUYỆN TẬP :

1. *Thực tập đọc các số* :

0 = không

100 = một trăm	110 = một trăm *mười*
101 = một trăm *lẻ* một [1]	111 = một trăm mười một
102 =một trăm *lẻ* hai....	112 = một trăm mười hai...
105 = một trăm lẻ *năm*	115 = một trăm mười *lăm*
120 = một trăm hai *mươi*	121 = một trăm hai mươi *mốt*
....	....
150 = một trăm năm mươi....	155 = một trăm năm mươi *lăm*
200 = hai trăm...	201 = hai trăm *lẻ* một...
500 = năm trăm	999 = chín trăm chín mươi chín
1000 = một ngàn [2]	1100 = một ngàn một trăm
1001= một ngàn *không trăm* lẻ một	1101 = một ngàn một trăm lẻ một
2000 = hai ngàn	10 000 = mười ngàn

2. Đọc và viết các số sau :

Vi dụ : 565 = ***năm trăm sáu mươi lăm.***

a) 867 = ...

b) 321 = ...

c) 202 = ...

d) 955 = ...

e) 1011 =.....................................

f) 2321 = ...

g) 4002 = ...

h) 5555 = ...

i) 4047 = ...

j) 10 991 = ...

___

[1] *lẻ* : phát âm ở Nam bộ, _*linh*_ : phát âm ở Bắc bộ.

[2] ***ngàn*** = ***nghìn***

3. Viết số :

> *Ví dụ :*
>
> *Hai trăm lẻ tám* → 208
>
> a) *Bảy ngàn ba trăm bốn mươi hai* → ....
>
> b) *Một ngàn năm trăm sáu mươi sáu* → ....
>
> c) *Ba trăm tám mươi chín* → ....
>
> d) *Năm trăm lẻ năm* → ....
>
> e) *Một ngàn không trăm mười lăm* → ....
>
> f) *Tám ngàn bốn trăm năm mươi lăm* → ....

4. Đặt câu hỏi và trả lời theo thông tin dưới đây :

> *Ví dụ :*
>
> **Anh Park / lái xe/.** → **Anh Park lái xe được không?**
>
> → **Dạ được. Anh Park lái xe được.**
>
> a) Anh Bình/ nói tiếng Anh. → ....?
>
> → Dạ không được..
>
> b) Ông Nam / chơi bóng bàn. → ....?
>
> → Dạ được..
>
> c) Anh / sử dụng máy vi tính. → ....?
>
> → Dạ được..
>
> d) Cô Lee/ chạy xe máy. → ....?
>
> → Dạ không được..
>
> d) Anh Kim/ làm việc ở Việt → ....?
> Nam. → Dạ được..

BÀI ĐỌC

Đây là nhật ký của cô Park :

"Tôi đến Việt Nam từ ngày 1 đến ngày 20 tháng 3. Tôi sống ở Hà Nội từ ngày 1 đến ngày 7. Tôi thuê một phòng ở khách sạn Hồ Tây. Tôi thuê một phòng đơn, 70000 đồng một ngày. Tôi chạy xe máy được cho nên tôi thuê một xe máy, 30000 đồng một ngày. Tôi sống ở thành phố Hồ Chí Minh từ ngày 8 đến ngày 20. Tôi sống ở nhà của cô Hong. Nhà của cô Hong rất đẹp. Hiện nay, thành phố Hồ Chí Minh nóng hơn Hà Nội. Ngày 21, tôi trở về Hàn Quốc".

Từ vựng :

nhật ký	일기	nóng	덥다
cho nên	그래서	hơn	~보다 더
hiện nay	요즈음	trở về	돌아가다

1. *Thực tập đặt hỏi và trả lời theo bài đọc* :

   Ví dụ :

   Cô Park đến Việt Nam từ ngày mấy đến ngày mấy?

   → Cô Park đến Việt Nam từ ngày 1 đến ngày 20 tháng 3.

   a) ....?

   → ....

   b) ....?

   → ....

   c) ....?

   → ....

   d) ....?

→ ....

e) ....?

→ ....

f) ....?

→ ....

g) ....?

→ ....

h) ....?

→ ....

ᘒᘒ

Bài 10 :

Ở TIỆM CÀ PHÊ

I. HỘI THOẠI :

1. *Người phục vụ* : Anh uống gì?

 Anh Bình : (*xem thực đơn*)

     Cho tôi một ly cà phê đá.

     Cô Lee uống gì?

 Cô Lee : Ở đây có nước dừa không?

 Người phục vụ : Dạ có.

 Cô Lee : Cho tôi một ly nước dừa.

 Người phục vụ : Có đá không ạ?

 Cô Lee : Dạ không, xin đừng cho đá!

2. *Cô Lee* : Nước dừa ngon quá!

 Anh Bình : Thế à!

 Cô Lee : Tôi thích nước dừa. Nước dừa ngon hơn nước cam.

 Anh Bình : Còn tôi, tôi thích cà phê. Đặc biệt là cà phê sữa. Cà phê sữa ngon hơn cà phê đá.

 Cô Lee : Tôi không thích cà phê. Tôi cũng không thích trà đá.

 Anh Bình : (*gọi người phục vụ*) Anh ơi, tính tiền ! Bao nhiêu ạ?

 Người phục vụ : Dạ, tất cả là 10 000 đồng.

 Cô Lee : Cà phê ở Việt Nam rẻ hơn cà phê ở Hàn Quốc.

II. TỪ VỰNG :

 tiệm (= quán)cà phê   커피숍

uống	마시다
xem	보다
thực đơn	메뉴(식단)
ly	잔(종별사)
cà phê đá	아이스커피
nước dừa	코코넛 주스
đá	얼음
xin đừng.....	~넣지 마세요
cho (đá) : "*cho*" là động từ, có nghĩa là "*bỏ vào*" *(to put on)*	cho는 동사로 (얼음을) 넣다.
ngon	맛있다.
thế à!	그래요
đặc biệt là...	특별이
cà phê sữa	밀크커피
gọi	부르다.
tính tiền	계산하다
tất cả	모두
rẻ	싸다.

III. GIẢI THÍCH NGỮ PHÁP :

1. Câu hỏi có từ "gì?" (xem mục 2, giải thích ngữ pháp, bài 3)

    Ví dụ :

      a) Anh học *gì*?

        Tôi học *tiếng Việt*.

      b) Anh Kim xem *gì*?

        Anh Kim xem *ti vi*.

      c) Cô Lan đọc *gì*?

        Cô Lan đọc *sách*.

Tuy nhiên, khi một người hỏi chúng ta :

   - Anh *uống gì?*

   - Cô *ăn gì?*

   - Anh *dùng gì?*

Chúng ta phải trả lời : -***Cho tôi*** một ly cà phê đá

                            -***Cho tôi*** một tô phở.

  → " *Cho tôi....*" Là cách đề nghị lịch sự.

2. Khi đề nghị, yêu cầu người khác <u>không</u> nên làm một việc gì đó, chúng ta phải dùng "*<u>Xin đừng</u>* + động từ........". (어떠한 일을 하지 않도록 제의하거나 요구할 때)

  Ví dụ :

     - *Xin đừng* hút thuốc.

     - *Xin đừng* mở cửa

3. *Cấu trúc câu so sánh* : (비교급)

  Trong tiếng Việt, có 3 cách so sánh : ***so sánh bằng, so sánh hơn, so sánh nhất.***

  a) *<u>So sánh bằng</u>* : (동등비교)

  Ví dụ :

  Anh Nam cao BẰNG tôi. (Nam씨는 키가 나와 같다.)

  Hoặc :

  Anh Nam cao NHƯ tôi. (Nam씨는 키가 나와 같다.)

  Mô hình câu :

> **A + tính từ + BẰNG (hoặc NHƯ) + B**

  b) *<u>So sánh hơn</u>* : (우등비교)

  Ví dụ :

  Cô Lan đẹp HƠN cô Thu. (Lan양은 Thu양보다 아름답다.)

  Mô hình câu :

> **A + tính từ + HƠN + B**

c) *So sánh nhất* : (최상급)

Ví dụ :

Cô Thu cao. Cô Lan cao hơn cô Thu. **Cô Hoà cao NHẤT**. (Hoà 양이 가장 크다.)

Mô hình câu :

A + tính từ + NHẤT

IV. LUYỆN TẬP :

1. Đọc thực đơn và thực tập hỏi, trả lời :

Quán cà phê   THANH NIÊN

Số 3 đường Bạch Vân, Quận 8

THỰC ĐƠN (MENU)

∝

Cà phê đen	3 000đ/ ly
Cà phê đá	5 000đ/ ly
Cà phê sữa	4 000đ/ ly
Cà phê sữa đá	7 000đ/ ly
Đá chanh	5 000đ/ ly
Nước cam	10 000 đ/ ly
Dừa	5 000 đ/ trái
Kem ly	7 000đ/ ly
Coca Cola	8 000đ / lon
Pepsi	3 500đ/ chai
Bia Tiger	8 000đ/ chai
Bia 33	8 000đ/ lon

a) Thực tập đặt câu hỏi và trả lời theo thực đơn :

Sinh viên 1 :   Anh uống gì?

Sinh viên 2 :   Cho tôi ....

                       Ở đây có ....?

Sinh viên 1 :   Cho tôi ....

Sinh viên 2 :   Anh ơi, tính tiền!

Sinh viên 1 :   Tất cả là ....

b) Đặt câu hỏi và trả lời câu hỏi theo thực đơn :

Sinh viên 1 :   Bao nhiêu tiền một ly cà phê đen?

Sinh viên 2 :   ....

2. Sử dụng "*Xin đừng.............*" để đặt câu trong các trường hợp sau :

a) Yêu cầu anh Bình không hút thuốc trong căn-tin:

   → ***Xin đừng hút thuốc!***

b) Đề nghị người phục vụ không cho đá vào nước dừa:

   → ....

c) Đề nghị cô Lee không mở ti vi.

   → ....

d) Yêu cầu anh Minh không đóng cửa:

   → ....

e) Yêu cầu cô Lan không sử dụng máy vi tính:

   → ....

3. Đặt câu so sánh :

a) Cô Lan cao 1,60 m.   → Cô Lan.............................

   Cô Lee cao 1,60m

b) Cà phê đen 3000 đ / ly   → Cà phê đen.............................

   Cà phê đá 5 000 đ / ly

   c) Coca Cola 8 000đ / lon   → Coca cola ....

      Pepsi 3 500 đ / chai

   d) Anh Bình nặng 65 Kg.   → Anh Park ....

      Anh Sơn nặng 70 Kg.

      Anh Park nặng 75 Kg.

   d) Từ điển Việt – Hàn giá   → Từ điển Việt–Anh ....

      20000 đồng.

      Từ điển Việt – Anh giá

      30000 đồng.

4. Đặt câu so sánh bằng, so sánh hơn, so sánh nhất theo các từ đã cho :

   Ví dụ :

    cao → - Anh Bình cao bằng (/như) anh Nam.

          - Anh Bình cao hơn anh Nam.

          - Anh Bình cao nhất.

   - đẹp   - rẻ   - mắc   - cao   - mới

   - cũ   - lạnh   - nóng   - vui   - trẻ

BÀI ĐỌC

Ở Hà Nội và thành phố Hồ Chí Minh có nhiều tiệm cà phê. Người Việt Nam thích uống cà phê. Người Việt Nam thường uống cà phê vào buổi sáng.

Tiệm cà phê ở thành phố Hồ Chí Minh có hai loại: tiệm cà phê bình dân và tiệm cà phê sang trọng.

Ở tiệm cà phê bình dân, giá rẻ. Ở các tiệm cà phê sang trọng giá mắc hơn. Người Việt Nam thích uống cà phê, nước dừa, Coca Cola, bia có đá.

Tiệm cà phê thường mở cửa lúc 6:00 sáng và đóng cửa vào lúc 10:00 tối.

1. *Từ vựng* :

thích	좋아하다	mắc	비싸다
bình dân	일반(보통)	mở cửa	문을 열다
sang trọng	깨끗하다	đóng cửa	문을 닫다
giá	가격		

2. *Sinh viên đặt câu hỏi và trả lời theo bài đọc* :

a) Ở Hà Nội và thành phố Hồ Chí Minh có nhiều tiệm cà phê không?

   - Dạ có, ở Hà Nội và thành phố Hồ Chí Minh có nhiều tiệm cà phê.

b) Người Việt Nam thích uống gì?

   - ....

c) ....?

   - ....

d) ....?

   - ....

f) ....?

   - ....

g) ....?

   - ....

CฆℰD

Bài 11 :

Ở QUÁN ĂN

I. HỘI THOẠI :

1. *Cô Lan* :   A lô, chị　Lee phải không?

 Cô Lee :   Dạ phải, chào Lan.

 Cô Lan :   Bây giờ chị đang làm gì?

 Cô Lee :   Tôi đang xem ti vi.

 Cô Lan :   Chúng ta đi ăn cơm đi!

 Cô Lee :   Ăn cơm ở đâu?

 Cô Lan :   Ở quán ăn Việt Nam. Chị Lee ăn món ăn Việt Nam được không?

 Cô Lee :   Dạ được. Chúng ta đi đi!

2. *Người phục vụ* : Chị dùng gì?

 Cô Lan :   Chờ một chút. Chị Lee chọn món ăn đi!

 Cô Lee :   (*xem thực đơn*) Tôi thích món súp cua, chả giò, cơm chiên.

 Cô Lan :   Chị ăn lẩu dê được không?

 Cô Lee :   Dạ không được. Tôi không ăn được lẩu dê.

3. *Anh Bình* :   Anh Nam đang làm gì?

 Anh Nam :   Tôi đang đọc báo.

 Anh Bình :   Còn chị Hoà đang làm gì?

 Anh Nam :   Chị Hoà đang nấu ăn. Hôm nay, chị ấy muốn nấu phở.

 Anh Bình :   Hay quá! Tôi rất thích phở.

II. TỪ VỰNG :

bây giờ	지금
đang	~하고 있다.(진행)
đi (động từ)	가다(동사)
đi (phụ từ)	가다(부사)
ăn	먹다
món ăn	음식
chờ một chút	잠깐 기다리다
chọn	고르다
súp cua	게숲
chả giò (nem)	베트남 만두, 북쪽에서는 거오내
cơm chiên (cơm rang)	볶음밥, 북쪼에서는 cơm rang
lẩu dê	염소탕
nấu ăn	음식을 만들다
nấu	요리하다
phở	베트남 쌀국수
thế thì	그래서
hay quá (=thú vị quá)	매우 재미있다.

III. GIẢI THÍCH NGỮ PHÁP :

1. Động từ " *đi* " :

Trong tiếng Việt, động từ "đi" có thể   kết hợp với danh từ, động từ.
(동사 "đi"는 명사, 동사와 결합할 수 있다.)

Ví dụ :

- Chị Lee *đi chợ*.   (   )
- Tôi *đi du lịch* Việt Nam. (   )
- Tôi *đi học* lúc 8:00.   (   )

- Anh Hoà *đi làm* lúc 8:20　　　(　　　　　　　　　　)
- Tôi *đi chơi* công viên.　　　(　　　　　　　　　　)
- Tôi đi ngủ lúc 11:00 đêm　　　(　　　　　　　　　　)

Câu hỏi :

Chủ ngữ + **đi** + **đâu?**

Ví dụ :

- Chị Lee đi đâu?→ Chị Lee *đi chợ*.
- Anh đi đâu → Tôi *đi du lịch* Việt Nam.

2. Phụ từ " *đi* " :

Đứng sau động từ hoặc cuối câu để biểu thị mệnh lệnh, đề nghị, yêu cầu. (요구, 제의, 명령을 나타내기 위해서 문장끝이나 동사 뒤에 위치한다.)

Ví dụ :

- Anh nói *đi* !
- Chúng ta đi *đi* !
- Chúng ta đi ăn cơm *đi* !

3. Phụ từ " *đang* " :

Đứng trước động từ để biểu thị hành động đang diễn ra, chưa kết thúc.

Ví dụ :

- Tôi *đang* học tiếng Việt.　(　　　　　　　　　)
- Chúng tôi *đang* ăn trưa.　(　　　　　　　　　)

Câu hỏi :

Chủ ngữ + **đang** + làm gì?

Ví dụ :

- Anh đang làm gì? → Tôi *đang* học tiếng Việt.

Hoặc :

- Các anh đang làm gì *vậy?* → Chúng tôi *đang* ăn trưa.

IV. LUYỆN TẬP :

1. Điền từ thích hợp vào các câu dưới đây :

a) Tôi *đi du lịch* Việt Nam từ ngày 2 đến ngày 10 tháng 5.

b) Mẹ tôi *đi*....................Bến Thành.

c) Cô Lee *đi*....................lúc 8:00 sáng.

d) Chúng tôi *đi*....................ở quán ăn Việt Nam.

e) Anh Park   *đi*....................lúc 8:20. Anh ấy đến công ty lúc 8:30.

f) Buổi tối, tôi thường *đi*....................lúc 11:15.

g) Chúng ta *đi*....................công viên đi!

2. Chuyển những câu dưới đây thành câu mệnh lệnh có phụ từ " *đi* " :

Ví dụ :

    Anh Park ăn cơm   → **Anh Park ăn cơm** *đi* !

a) Chúng ta đi tiệm cà phê.   → ....

b) Anh Park gửi thư cho cô Lee. → ....

c) Chị Hoà mua máy vi tính.   → ....

d) Anh Bình chạy xe máy.   → ....

3. Điền các động từ thích hợp :

a) Tôi đang....................sách.

b) Chị Hoà đang....................ti vi.

c) Anh Bình đang ....cà phê.

d) Chúng tôi đang ....xe máy, còn cô Lan đang ....xe hơi.

e) Mẹ tôi đang....................chợ Bến Thành.

f) Chúng tôi đang ....tiếng Việt.

g) Họ đang....................bóng bàn.

h) Anh Park đang....................nhạc.

i) Cô Lee đang....................thức ăn.

j) Thầy Nam đang....................tiếng Việt.

k) Ba tôi đang ....thư cho mẹ tôi.

4. Thực tập đọc các số sau :

10 000 = mười ngàn   20 000 = hai mươi ngàn

11 000 = mười một ngàn   21 000 =hai mươi mốt ngàn

15 000 = mười lăm ngàn   25 000 = hai mươi lăm ngàn

50 000 = năm mươi ngàn   100 000 = một trăm ngàn

200 000 = hai trăm ngàn   1 000 000 = một *triệu*

5. Thực tập đọc và viết các số sau :

10 500 = mười ngàn năm trăm   10 202 = mười ngàn hai trăm *lẻ* hai

21 789 = ...   43 879 = ...

9 760 = ...   19 556= ....

88 880 = ...   54 675= ....

120 000 = ...   320 000 = ...

225 000 = ...   500 000 = ...

31 105 = ...   65 002 = ...

90 050 = chín mươi ngàn *không trăm* năm mươi.

34 026 =..........................

106 320 = một trăm *lẻ* sáu ngàn ba trăm hai mươi.

809 302 =..........................

BÀI ĐỌC

    Các tiệm ăn (quán ăn) có rất nhiều ở thành phố Hồ Chí Minh và Hà Nội. Các tiệm ăn là những nơi bán thức ăn giá rẻ. Còn nhà hàng cũng là quán ăn nhưng lớn hơn và giá mắc hơn những quán ăn.

    Người Việt Nam có thói quen ăn sáng tại các quán ăn. Buổi sáng, họ thường ăn phở, hủ tiếu ở những quán ăn trên đường. Buổi trưa, nhiều người ăn trưa tại các tiệm ăn. Ở đó, người ta bán cơm với nhiều thức ăn như cá, thịt, canh, v.v...Buổi tối, các quán ăn bán bia và các thức ăn khác.

Nhiều sinh viên thường ăn cơm ở những quán ăn bình dân. Mỗi bữa ăn tốn khoảng 5000 hoặc 6000 đồng.

1. *Từ vựng* :

các	복수를 나타낸다.	phở	쌀국수
tiệm ăn (=quán ăn)	식당	hủ tiếu	비빔국수류
những	복수를 나타낸다.	ở đó	그곳에서
nơi	장소	cơm	밥
bán	팔다	cá	생선
thức ăn (=món ăn)	반찬(음식)	thịt	고기
nhà hàng	(고급) 식당	canh	국
nhưng	그러나	khác	다르다
to	크다.	bữa ăn	식사
mắc (=đắt)	비싸다.	tốn	지불하다
thói quen	습관	khoảng	약
tại (=ở)	~에서	hoặc	혹은
họ	그들		

2. *Trả lời câu hỏi* :

a) Các tiệm ăn có rất nhiều ở đâu?

b) Các tiệm ăn là nơi bán gì?

c) Người Việt Nam có thói quen gì?

d) Buổi sáng, người Việt Nam thường ăn gì?

e) Buổi trưa nhiều người Việt Nam ăn trưa ở đâu?

f) Buổi tối, các quán ăn bán gì?

g) Nhiều sinh viên ăn cơm ở đâu?

h) Mỗi bữa ăn tốn khoảng bao nhiêu?

ⳆⳊⳊⳊ

Bài 12 :

ÔN TẬP

1. *Nhìn vào bảng dưới đây, 2 sinh viên thực tập đặt câu hỏi và trả lời* :

Ví dụ :

Sinh viên 1 :   Cô Hong bao nhiêu tuổi?

Sinh viên 2 :   Cô ấy   25 tuổi.

Sinh viên 1 :   Cô Hong làm (nghề) gì?

Sinh viên 2 :   Cô ấy là thư ký.

Sinh viên 1 :   Cô Hong lái xe hơi được không?

Sinh viên 2 :   Dạ được, cô ấy lái xe hơi được.

Sinh viên 1 :   Điện thoại của cô Hong số mấy?

Sinh viên 2 :   Điện thoại của cô ấy là 098 435643.

	Tuổi	Nghề nghiệp	Khả năng	Điện thoại
Cô Hong	25	Thư ký	Lái xe hơi	098 435643
Anh Bình	32	Phóng viên	Chơi bóng đá	860 4435
Anh Park	33	Tiếp tân	Nói tiếng Anh	098 231456
Cô Bình	20	Y tá	Sử dụng máy vi tính	609 5467
Anh Lee	30	Tài xế	Nói tiếng Việt	Không có

2. *Hỏi quốc tịch* :

Ví dụ :

HỎI : *Anh là người nước nào?*

ĐÁP : *Tôi là người Việt Nam.*

a) Chị ....?

- Tôi là / Hàn Quốc.

b) Anna..?

- Anna / Nga.

   c) Ông Nam..?

     - Ông ấy / Trung Quốc.

   d) Anh John...?

     - Anh ấy / Mỹ.

3. *Sinh viên hoàn thành bài tập sau* :

   a) Phòng của tôi số...

   b) Điện thoại của tôi số...

   c) Xe của tôi số...

   d) Nhà của tôi số...

   e) Năm nay, cha tôi...tuổi.

   f) Tôi mua điện thoại này...USD.

   g) Văn phòng của tôi ở tầng...

   h) Chị ấy có...quyển sách.

   i) Máy nhắn tin của tôi số...

4. *Điền từ vào chỗ trống* : (빈칸을 채우시오.)

   a) Anh Nam là bác sĩ, anh ấy làm việc ở...

   b) Cô Lan là sinh viên, cô ấy học ở...

   c) Tôi là giáo viên, tôi làm việc ở...

   d) Cô Hoa là hương dẫn viên du lịch, cô ấy làm việc ở......................

   e) Ông Thanh là   thư ký, ông ấy làm việc ở...............................

   f) Chị Minh là nhân viên, chị ấy làm việc..

5. *Nhìn vào danh thiếp, đặt câu hỏi và trả lời* (명함을 보고 묻는 말에 답하시오.)

Trường Đại học kinh tế thành phố Hồ Chí Minh

Giáo sư **LÊ THỊ HOA**

Văn phòng : **12, đường Đông Du,**
Q.1, TP.HCM
Nhà : **21, Trần Hưng Đạo,**
Q.5,TP.HCM

6. *Trả lời câu hỏi* :

a) Anh là người Hàn Quốc phải không?

- ....

b) Anh là Park Sam Kwon phải không?

- ....

c) Anh là nhân viên công ty Posces phải không?

- ....

d) Anh đang sống ở Hà Nội phải không?

- ....

e) Anh đang học tiếng Việt phải không?

- ....

f) Thầy Nam là giáo viên của anh phải không?

- ....

g) Vợ anh là người Hàn Quốc phải không?

- ....

h) Hôm nay là thứ năm phải không?

- ....

7. *Đọc và viết các số sau* :

-106.322 = ...

- 842.766 = ...

- 224.105 = ...

- 1.320.800 = ...

- 1.587.900 = ...

- 11.054 = ...

- 367.035 = ...

8. *Thực tập hỏi giờ, nói và viết vào chỗ trống* :

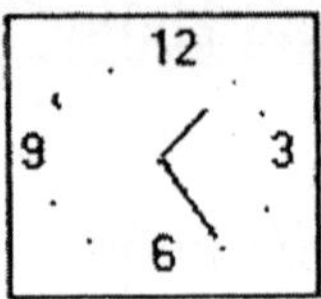

    a) Bây giờ là mấy giờ?

    ....

    b) Bây giờ, anh đang làm gì?

    ....

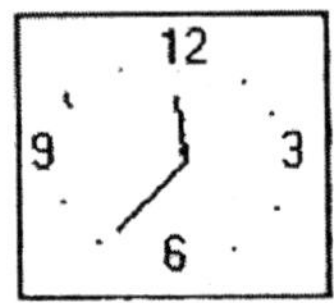

    a) Bây giờ là mấy giờ?

    ....

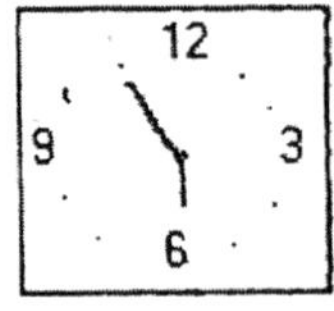

    a) Bây giờ mấy giờ?

    ....

9. Trả lời câu hỏi :

    a) Hôm nay, anh ăn sáng ở đâu?

    ....

    b) Anh ăn sáng lúc mấy giờ?

    ....

    c) Anh học tiếng Việt từ mấy giờ đến mấy giờ?

    ....

d) Anh học tiếng Việt từ   ngày mấy đến ngày mấy?

....

10. *Đánh dấu (   ) vào từ đúng* : (적당한 말에 (   ) 표시 하시오.)

a) Chị ***biết*** / ***viết*** nói tiếng Pháp không?

b) Tôi không ***biết*** / ***viết*** chạy xe ***gán*** / ***gắn*** máy.

c) Tôi không có xe ***dạp*** / ***đạp***.

d) Tôi không thích ***nấu ăn*** / ***náu ăn***. Tôi thích đi   ***công viên*** / ***công biên***.

e) Buổi sáng, tôi thường ***đi hộc*** / ***đi học*** lúc 8:00 giờ.

f) Tôi ***bắt đầu*** / ***bắc đầu*** học tiếng Việt.

g) Chúng tôi ***ăng trưa*** / ***ăn trưa*** lúc 12:00 giờ.

h) Nhà hàng ***mở cửa*** / ***mỏ của*** lúc 6:30 sáng.

11. *Sắp xếp những câu dưới đây cho đúng trật tự* : (아래의 단어들을 순서에 맞게 정리하시오.)

Ví dụ :

- **Món ăn / thích / tôi / Việt Nam.**   → **Tôi thích món ăn Việt Nam.**

a) hút thuốc / xin đừng / ở căn-tin.   → ....

b) tiền / bao nhiêu / cà phê đen / 1 ly? → ....

c) thích / người Việt Nam / cà phê /   → ....
uống.

d) đến mấy giờ / từ mấy giờ / anh /   → ....
xem ti vi?

e) xe máy / chạy / tôi không / được.   → ....

f) ở đâu / Sài Gòn / khách sạn?   → ....

g) một phòng / tôi muốn / ở ký túc xá / → ....
thuê.

ა8ა

Bài 13 :

ĐI BẰNG GÌ?

I. HỘI THOẠI :

  1. *Anh Park* :   Bây giờ chúng ta đi đâu?

    Anh Nam :   Đi sân bay Tân Sơn Nhất.

    Anh Park :   Chúng ta đi sân bay Tân Sơn Nhất để làm gì?

    Anh Nam :   Để đón bạn tôi.

    Anh Park :   Chúng ta đi bằng gì?

    Anh Nam :   Chúng ta có thể đi bằng tắc –xi. Để tôi gọi tắc –xi.

                  (*Anh Nam gọi điện thoại cho công ty tắc- xi*)

    Anh Nam :   Alô, cho tôi một chiếc tắc –xi 4 chỗ. Tôi đang chờ trước khách sạn Rex.

  2. *Tài xế tắc –xi* :   Các anh đi đâu?

    Anh Nam :   Đi sân bay. Làm ơn chạy nhanh một chút, chúng tôi bị trễ.

    Tài xế tắc –xi :   Tôi không thể chạy nhanh (được).

    Anh Nam :   Tại sao anh không thể chạy nhanh (được)?

    Tài xế tắc –xi :   Bởi vì trên đường có nhiều xe máy.

    Anh Nam :   Tôi hiểu rồi!

  3. *Cô Lee* :   Ngày mai, tôi sẽ đi du lịch.

    Anh Nam :   Cô Lee đi đâu?

    Cô Lee :   Tôi sẽ đi Nha Trang.

    Anh Nam :   Cô sẽ đi bằng gì?

    Cô Lee :   Tôi sẽ đi bằng xe lửa. Chuyến xe lửa thứ nhất.

    Anh Nam :   Xe lửa khởi hành lúc mấy giờ?

Cô Lee :	Lúc 8:00 sáng.
Anh Nam :	Tại sao cô đi bằng xe lửa?
Cô Lee :	Bởi vì tôi có thể xem phong cảnh.
Anh Nam :	Đúng rồi! Đi bằng xe lửa rất thú vị!

II. TỪ VỰNG :

sân bay	비행장	bị	수동태
đón	마중하다	trễ (muộn)	늦다, 북쪽에서는 **muộn**
có thể	~할 수 있다.	tại sao	왜?
tắc- xi (taxi)	택시	bởi vì	왜냐하면
chỗ	좌석	hiểu	이해하다
chờ (=đợi)	기다리다	xe lửa (=tàu hoả)	기차
trước	~앞	thứ nhất	첫번째
các anh	여러분	khởi hành	출발하다
chạy	달리다.	xem	보다
nhanh	빨리	phong cảnh	풍경
một chút	잠깐, 조금		

III. NHỮNG CỤM TỪ (phrase) VÀ CÂU CẦN NHỚ : (기억해야 할 구문)

a. Đi bằng gì?=

b. Để làm gì? =

c. Làm ơn chạy nhanh một chút! =

d. Tôi bị trễ =

e. Tôi ***không thể*** chạy nhanh (***được)***!

f. Đúng rồi! =

IV. GIẢI THÍCH NGỮ PHÁP :

1. Giới từ "_bằng_" biểu thị việc sử dụng phương tiện để di chuyển.
(교통수단을 나타낼 때 쓰인다.)

> _Ví dụ_ :
>
> - Tôi đi học _bằng_ xe đạp.　　　　(　　　　　　　　　　)
> - Anh Nam đi du lịch _bằng_ máy bay. (　　　　　　　　　　)

2. "................_để làm gì_" : Thường đứng cuối câu hỏi về mục đích của hành động. (행동의 목적을 표시하기 위해서 의문문의 끝에 보통 위치한다.)

> _Ví dụ_ :
>
> HỎI :　Anh Park đến Việt Nam _**để làm gì**_?
>
> ↓
>
> ĐÁP : Anh ấy đến Việt Nam _**để học tiếng Việt**_.

3. "_có thể_" : là phụ từ đứng trước động từ để biểu thị khả năng làm một việc, trái nghĩa với có thể là "_**không thể**_". (일의 가능성을 나타내기 위해서 동사 앞에 "_không thể_"와 반의어이다.)

> _Ví dụ_ :
>
> - Tôi _**có thể**_ nói tiếng Việt một chút.
> (　　　　　　　　　　　　　　　)
> - Chúng tôi _**có thể**_ làm việc ở công ty Hàn Quốc
> (　　　　　　　　　　　　　　　)
> - Anh Park không thể nói tiếng Việt.
> (　　　　　　　　　　　　　　　)

4. "_Làm ơn_............" : Là câu đề nghị rất lịch sự : (매우 예의바르게 제의할 때)

> _Ví dụ_ :
>
> - _Làm ơn_ nói chậm chậm.
> - _Làm ơn_ cho tôi hỏi một chút.

5. **"*Bị*"** : đứng trước động từ. Từ "bị" biểu thị cho chủ ngữ đang ở trong tình hình xấu, bị động : (동사 앞에 위치하여 좋지 않은 상황의 수동태를 나타낼 때 쓰인다.)

    Ví dụ :

      - Tôi *bị* cảm.

      (   )

      - Tôi *bị* lạc đường

      (   )

      - Chúng tôi *bị* trễ

      (   )

      - Tôi *bị* thầy giáo phê bình.

      (   )

6. **"*Tại sao*"** : từ dùng để hỏi về một nguyên nhân. Từ này luôn đứng đầu câu hỏi. (의문문의 앞에 위치하여 원인을 물을 때 쓰인다.)

    Ví dụ :

    HỎI :   <u>***Tại sao***</u> anh học tiếng Việt?

                      ↓

    ĐÁP : <u>***Bởi vì***</u> tôi sẽ làm việc ở Việt Nam.

V. LUYỆN TẬP :

1. Tra từ điển để biết nghĩa của các từ sau :

- tàu thuỷ :   - xe xích lô :   - đi bộ :

- xe buýt :   - xe tải :

※ *Hoàn thành những câu dưới đây* :

    Ví dụ : - Tôi..............................về nhà. → Tôi *đi bộ* về nhà.

      a) Cô Hong ....bằng xe buýt.

      b) Tôi ....bằng máy bay.

    c) Chị Lan ....bằng xe đạp.

    d) Ông Hoà ....bằng xe máy.

    e) Chúng ta ....bằng tắc-xi.

    f) Anh Hùng..bằng xe lửa.

    g) Bạn tôi ....bằng xe hơi.

2. Thực tập đọc các số thứ tự :

   - thứ nhất :   - thứ năm :   - thứ chín :

   - thứ nhì :   - thứ sáu :   - thứ mười :

   - thứ ba :   - thứ bảy :   - thứ mười một :

   - thứ tư :   - thứ tám :   - ....

3. Dịch sang tiếng Hàn các câu sau (giáo viên giúp đỡ sinh viên) :

   a) Anh Kim là sinh viên năm thứ nhất.

     - ....

   b) Đây là người yêu thứ ba của tôi.

     - ....

   c) Đây là lần thứ tư tôi đến Việt Nam.

     - ....

   d) Hôm nay là sinh nhật lần thứ mười tám của tôi.

     - ....

4. Hoàn thành những câu dưới đây :

   a) Tôi đến Việt Nam để...

   b) Mẹ tôi đi chợ Bến Thành để..

   c) Chúng tôi đi Nha Trang để...

   d) Hôm nay, các anh đến trường đại học để..............................?

   f) Tôi mua một chiếc xe đạp để..

5. Chuyển những câu dưới đây thành những câu có từ " *bị* " :

    Ví dụ :

       - Tôi / cảm → Tôi *bị* cảm.

       - Thầy giáo phê bình tôi → Tôi *bị* thầy giáo phê bình

    a) Tôi / mất tiền. →..

    b) Tôi / nhức đầu (= đau đầu). →..

    c) Mẹ tôi than phiền tôi. →..

    d)Tôi / kẹt xe. →..

6. Thực tập gọi điện thoại đến công ty tắc-xi để yêu cầu một chiếc tắc-xi.

    Sinh viên 1 : Alô, ...

    Sinh viên 2 (tài xế tắc-xi) : ....

BÀI ĐỌC
Xe ôm

    Ở Hà Nội và thành phố Hồ Chí Minh có nhiều xe ôm. Xe ôm là xe máy chở khách. Hiện nay, giao thông ở Hà Nội và thành phố Hồ Chí Minh rất phức tạp. Trên đường có nhiều xe buýt, xe tắc-xi, xe xích lô, v.v...Đặc biệt là xe máy rất nhiều. Vì vậy, có nhiều con đường thường bị kẹt xe, và người ta đi bằng xe ôm cho thuận tiện. Giá xe ôm rẻ hơn xe tắc-xi.

    Nhiều sinh viên nước ngoài cũng thường đi học bằng xe ôm.

1. *Từ vựng* :

xe ôm	오토바이	v.v... = vân vân	기타등등
chở	운송하다	vì vậy	그래서
khách	손님	con đường	길
giao thông	교통	kẹt xe (tắc đường)	교통체증 북쪽에서는 tắc đường
phức tạp	복잡하다	thuận tiện	편리

2. *Trả lời câu hỏi* :

a) Xe ôm là xe gì?

b) Hiện nay, giao thông ở thành phố Hồ Chí Minh và Hà Nội thế nào?

c) Trên đường có nhiều xe gì? Đặc biệt là xe gì?

d) Tại sao có nhiều con đường thường bị kẹt xe?

e) Người ta đi bằng xe ôm để làm gì?

f) Nhiều sinh viên nước ngoài thường đi học bằng gì?

☙❧

Bài 14 :

TÔI BỊ LẠC ĐƯỜNG

I. HỘI THOẠI :

1. *Anh Park* : Làm ơn cho tôi hỏi một chút!

Người đi đường : Dạ, anh hỏi gì?

Anh Park : Ngân hàng Sài Gòn ở đâu ạ?

Người đi đường : Anh đi thẳng đường này, đến ngã tư thì rẽ phải. Anh sẽ thấy ngân hàng.

Anh Park : Cám ơn cô.

Người đi đường : Không có chi!

2. *Cô Lee* : Làm ơn cho tôi hỏi một chút, tôi bị lạc đường.

Cảnh sát : Cô hỏi gì?

Cô Lee : Khách sạn Sài Gòn ở đâu ạ?

Cảnh sát : Từ đây, cô đi thẳng khoảng 500 mét,   cô sẽ thấy ngã tư thứ nhất. Cô đi qua ngã tư thứ nhất, tiếp tục đi thẳng đến ngã tư thứ hai thì rẽ trái. Khách sạn Sài Gòn ở bên trái.

Cô Lee : (*lặp lại*) đi thẳng ...khoảng ...500 mét ... đến ngã tư thứ nhất, ...đi qua ngã tư thứ nhất,... tiếp tục đi thẳng .... đến ngã tư thứ hai thì rẽ trái.... Khách sạn Sài Gòn ...ở bên trái.
Tôi nhớ rồi. Xin cảm ơn!

Cảnh sát : Không có gì!

3. (*Ở ngân hàng Sài Gòn*)

Anh Park : Làm ơn cho tôi hỏi một chút: văn phòng quản lý ở đâu ạ?

Tiếp tân :	Anh đi thang máy lên tầng 8. Văn phòng quản lý gần thang máy.
Anh Park :	Thang máy ở đâu ạ?
Tiếp tân :	Ở đằng kia!
Anh Park :	Cám ơn cô.
Tiếp tân :	Không có chi!

II. TỪ VỰNG :

ngân hàng	은행	tiếp tục	계속
từ đây	여기부터	rẽ trái(=quẹo trái)	왼쪽으로 돌다
đi thẳng	직진하다	bên trái	왼쪽에
khoảng	약	lặp lại	반복하다
mét	m(미터)	rẽ phải (=quẹo phải)	오른쪽으로 돌다
thấy	보다	quản lý	관리하다
ngã tư	사거리	thang máy	승강기
đi qua	지나가다	lên	올라갈
thứ hai (=thứ nhì)	두번째	gần	가깝다

III. NHỮNG CỤM TỪ (phrase) VÀ CÂU CẦN NHỚ :

a) Tôi bị lạc đường =

b) Đi thẳng đường này =

c) Ở bên trái =

d) Ở bên phải =

e) Tôi nhớ rồi =

f) Ở đằng kia =

IV. GIẢI THÍCH NGỮ PHÁP :

1. *Lưu ý câu văn có từ "thì"* : ("thì"가 있는 문장에 유의)

Ví dụ :

- Anh đi thẳng đến ngã tư *thì* rẽ phải.
- Tôi về đến nhà *thì* trời mưa.

Trong 2 ví dụ trên, từ "**thì**" giống như từ "**then**" của tiếng Anh. Từ "**thì**" liên kết 2 cụm từ (phrase) hoặc 2 vế (clause). (thì 는 영어의 then 과 같다. Thì 는 2개의 구나 2개의 절을 연결한다.)

2. Các đại từ chỉ định "*này/kia*" đứng sau danh từ để chỉ định cho danh từ ấy. (지시대명사 này와 kia는 지정하는 명사의 뒤에 온다.) "***Này***" chỉ người, sự vật ở gần, (사람이나 사물이 가까이 있을 때 지정하는 명사의 뒤에 온다.) "***kia***" chỉ người và sự vật ở xa. (사람이나 사물이 멀리 있을 때)

Ví dụ :

- *Người <u>này</u>* là bạn tôi =

- Tôi thích *món ăn <u>này</u>* =

3. *Cấu trúc câu có tính từ làm vị ngữ* :

Mô hình :

Chủ ngữ + *tính từ* + ...

Ví dụ :

<u>*Chũ ngữ*</u> :	<u>*vị ngữ*</u> :
Cô ấy	*đẹp* quá !
Tôi	rất *vui* !
Gia đình	***hạnh phúc***
Văn phòng quản lý	***gần*** thang máy.

**4. *Câu hỏi có từ " khi nào*" (=*bao giờ, chừng nào*) ở đầu câu để hỏi về thời
gian hành động sẽ xảy ra.** (의문문의 앞에 위치하여 장차 일어날 행동의 시간에
대해 물을 때 쓰인다.)

    Ví dụ :

      HỎI : *Khi nào* anh đến Việt Nam?

           ↓

      ĐÁP : *Tuần sau* tôi *sẽ* đến Việt Nam.

V. LUYỆN TẬP :

1. *Nhìn ảnh và ghi lại cách đi* :

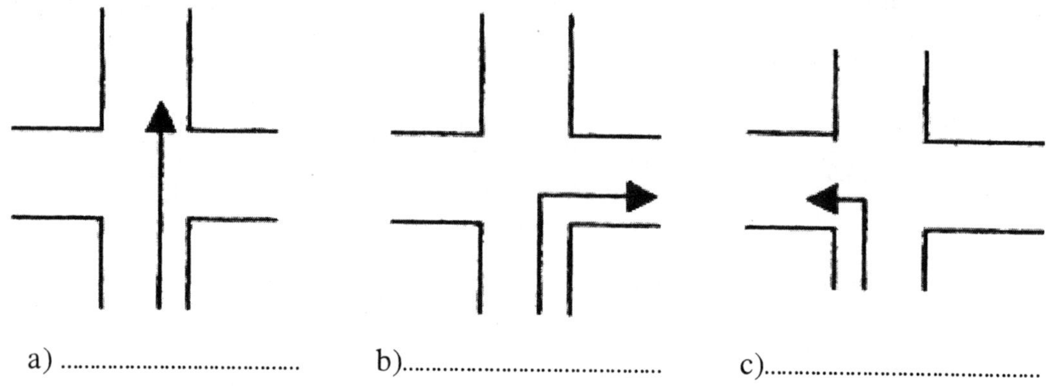

a) ....   b).............................   c)...............................

2. Điền từ thích hợp vào chỗ trống :

    A : Làm ơn............tôi hỏi một chút !

    B : Dạ, anh hỏi ....?

    A : Bệnh viện Sài Gòn ....?

    B : Anh ....đường này, đến ....thứ nhất. Anh ....ngã
      tư này và tiếp tục ....khoảng 300 mét   đến ngã tư thứ
      hai thì rẽ phải. Bệnh viện Sài Gòn ở..............................

    A : Cám ơn anh !

    B : ....

3. Hoàn thành những câu dưới đây :

a) Anh đi thẳng đường này đến ngã ba *thì*...

b) Anh đi thang máy lên tầng 6 *thì*...

c) Mẹ tôi vừa về nhà *thì* em trai tôi..

d) Tôi đang xem ti vi *thì* anh Lee..

e) Chị tôi đang đi chợ Bến Thành thì...

4. Dưới đây là kế hoạch của cô Lee Yoon Hee :

- Ngày 2 tháng 11 :   *Đến sân bay Nội Bài, Hà Nội.*

- Ngày 4 tháng 11 :   *Đi Huế.*

- Ngày 7 tháng 11 :   *Đi Nha Trang.*

- Ngày 8 tháng 11 :   *Đi Đà Lạt.*

- Ngày 9 tháng 11 :   *Đi thành phố Hồ Chí Minh.*

- Ngày 14 tháng 11 :   *Đi tham quan Củ Chi.*

- Ngày 17 tháng 11 :   *Về Hàn Quốc.*

  ※ Đặt câu hỏi và trả lời.

  Ví dụ :

  HỎI : *Khi nào* cô Lee đến sân bay Nội Bài, Hà Nội?

  ĐÁP : *Ngày 2 tháng 11*, cô ấy *sẽ* đến sân bay Nội Bài, Hà Nội.

a) HỎI : ....?

ĐÁP : ....

b) HỎI : ....?

ĐÁP : ....

c) HỎI : ....?

ĐÁP : ....

d) HỎI : ....?

ĐÁP : ....

e) HỎI : ....?

ĐÁP : ....

f) HỎI : ....?

ĐÁP : ....

5. Chọn từ thích hợp điền vào chỗ trống :

bận	*lạc đường*	*lúc*	*này*	*đi*
kia	*tham quan*	*gì*	*đến*	*người*

a) Cô thích ăn món ăn.......................?

b) Tôi không thích món ăn ....

c) Xe hơi của tôi ở đằng ....

d) Tôi bị ...., làm ơn cho tôi hỏi một chút!

e) Hôm nay tôi .... quá, tôi không thể về nhà .... 7:00 tối.

f) Nhiều .... nước ngoài thích .... Củ Chi.

g) Tại sao anh muốn ....du lịch bằng xe lửa?

h) Khi nào anh Park ....Hà Nội?

BÀI ĐỌC
Tôi bị lạc đường

Tôi tên là Lee Yoon Hee. Tôi đang học tiếng Việt ở thành phố Hồ Chí Minh. Sáng nay, tôi bị lạc đường. Đầu tiên, tôi muốn đi chợ Bến Thành. Tôi đi bằng xích lô. Từ ký túc xá đến chợ Bến Thành khoảng 20 phút. Xe xích lô đi qua ngã tư thứ nhất, ngã tư thứ hai và đến một ngã ba thì rẽ trái.

Từ chợ Bến Thành, tôi đi bộ về nhà. Tôi rẽ phải. Tôi đi qua ngã tư thứ nhất. Tôi đi qua ngã tư thứ hai nhưng tôi không thấy ký túc xá của tôi. Tôi sợ quá. Tôi gặp một cảnh sát. Tôi hỏi: "*Ký túc xá của sinh viên ở đâu?*". Cảnh sát trả lời: "*Cô đi thẳng đường này khoảng 200 mét. Ký túc xá ở bên trái*". Tôi cám ơn và đi nhanh về ký túc xá.

1. *Từ vựng* :

sáng nay	오늘 아침	Gặp	만나다.
sợ	두렵다.	nhanh	빨리

2. *Sinh viên hãy kể lại một lần bị lạc đường bằng tiếng Việt.Chú ý sử dụng các từ : <u>ngã tư, ngã ba, thứ nhất, thứ nhì, đi qua, thấy, rẽ phải, rẽ trái, ở bên trái, ở bên phải, đi thẳng....</u>*

ℭ₃₈ᴐ

Bài 15 :

Ở NGÂN HÀNG

I. HỘI THOẠI :

  1. *Anh Nam* :   A, chào anh Kim. Anh đến Việt Nam khi nào?

    Anh Kim :   Chào anh Nam. Tôi đến Việt Nam hôm qua.

    Anh Nam :   Anh đến Việt Nam để du lịch hay học tiếng Việt?

    Anh Kim :   Để du lịch.

    Anh Nam :   Bây giờ anh đi đâu?

    Anh Kim :   Tôi đi đến ngân hàng để đổi tiền Việt.

    Anh Nam :   Chúng ta đi với nhau được không?

    Anh Kim :   Như thế thì tốt quá!

  2. *Anh Kim* :   Tôi muốn đổi tiền Việt.

    Nữ nhân viên :   Anh có đô-la hay Euro?

    Anh Kim :   Tôi có đô-la. Tỉ giá hôm nay bao nhiêu?

    Nữ nhân viên :   1 đô-la đổi 15.300 đồng.

    Anh Kim :   Làm ơn cho tôi đổi 300 đô-la.

    Nữ nhân viên :   Anh chờ một chút. Tất cả là 4 590 000 đồng.

    Anh Kim :   Cám ơn cô!

    Nữ nhân viên :   Không có chi! Chào anh!

  3. *Anh Park* :   Tôi muốn gửi tiền vào ngân hàng!

    Nữ nhân viên :   Anh có tài khoản không?

    Anh Park :   Dạ có. Đây là số tài khoản của tôi.

    Nữ nhân viên :   Anh có thẻ tín dụng không?

    Anh Park :   Dạ không. Tôi không có thẻ tín dụng.

    Nữ nhân viên :   Anh gửi bao nhiêu tiền?

    Anh Park :   Tôi gửi 8 000 000 đồng.

    Nữ nhân viên :   Nếu anh cần rút tiền thì anh hãy đến đây.

Anh Park :   Cám ơn cô.
Nữ nhân viên :   Dạ, chào anh!

II. TỪ VỰNG :

hôm qua	어제	gửi tiền	송금하다.
hay	혹은	tài khoản	계좌
đổi	바꾸다	số tài khoản	계좌번호
tiền	돈	thẻ tín dụng	신용카드
với nhau	함께, 같이	nếu ....thì........	만약 ～하면
như thế thì	그러면	cần	필요하다
tốt	좋다	rút tiền	출금하다.
tỉ giá	환율	hãy	～하세요.

III. NHỮNG CỤM TỪ (phrase) VÀ CÂU CẦN NHỚ :

a) Như thế thì tốt quá! =

b) Anh / chị/ cô **chờ một chút** =

    - Xin chờ một chút!

    - Chờ một chút!

IV. GIẢI THÍCH NGỮ PHÁP :

1. ***Khi nào*** (=bao giờ, lúc nào, hồi nào) đứng cuối câu hỏi để hỏi về thời gian hành động đã xảy ra trong quá khứ. (의문문의 끝에 위치하여 과거에 일어날 행동의 시간에 물을 때 쓰인다.)

    Ví dụ :

    HỎI : Cô đến Việt Nam ***khi nào***?

    ĐÁP : Tôi đến Việt Nam ***hôm qua***

※ Chú ý phân biệt với câu hỏi có từ "***khi nào***" đứng ở đầu câu hỏi để hỏi hành động sẽ xảy ra trong tương lai (bài 14).

HỎI : *Khi nào* cô đến Việt Nam?

↓

ĐÁP : *Ngày mai* tôi *sẽ* đến Việt Nam.

2. Câu hỏi có từ "*hay*" biểu thị sự chọn lựa. (의문문에서 선택을 나타낼 때 쓰인다.)

Ví dụ :

HỎI :	ĐÁP :
- Anh uống *cà phê* **hay** *bia*?	→ Tôi uống *cà phê*.
- Anh đi *Hà Nội* **hay** *thành phố Hồ Chí Minh*?	→ Tôi đi *Hà Nội*.
- Cô ấy là *bác sĩ* **hay** *y tá*?	→ (Cố ấy là) *y tá*.
- Anh đến Việt Nam để *du lịch* **hay** *học tiếng Việt*?	→ (Tôi đến Việt Nam) để *học tiếng Việt*?

3. *Nhau* : là đại từ đứng sau động từ để biểu thị quan hệ cùng hoạt động của nhiều đối tượng. (동사 뒤에 위치하여 여러 대상의 활동관계를 나타내기 위해서 쓰인다.)

Ví dụ :

<u>Chủ ngữ</u>	*Vị ngữ*
- Tôi và anh Kim	gặp *nhau* lúc 8:00.
- Chúng tôi	giúp đỡ *nhau*.

<u>**Lưu ý**</u> : tuỳ theo động từ, từ *nhau* có thể là " ***với nhau***", " ***cho nhau***"....

(동사에 따라 nhau는 "với nhau"와 "cho nhau"가 될 수 있다.)

Ví dụ :

a) Tôi viết thư *cho* cô Lee.   → Tôi và cô Lee viết thư *cho nhau.*

   - Cô Lee viết thư *cho* tôi.

b) Tôi đi ăn cơm *với* anh Kim. → Tôi và anh Kim ăn cơm *với* nhau.

   - Anh Kim anh cơm *với* tôi.

4. Câu điều kiện – kết quả : (조건 ～결과문)

Mô hình :

> ***Nếu*** + chủ ngữ + vị ngữ – ***thì*** – chủ ngữ + [***sẽ*** động từ/tính từ ...]

Ví dụ :

   - ***Nếu*** tôi có tiền ***thì*** tôi ***sẽ*** mua xe máy.

   - ***Nếu*** anh Kim muốn học tiếng Việt ***thì*** tôi sẽ dạy cho anh ấy.

5. *Hãy* : là phụ từ đứng trước động từ để biểu thị ý nghĩa yêu cầu, đề nghị hoặc mệnh lệnh. (동사의 앞에 위치하여 요구, 제의, 명령을 나타내기 위해서 쓰인다.)

Ví dụ :

   - Anh ***hãy*** gặp tôi lúc 6:00 tối!

   - Cô Lee ***hãy*** viết thư cho anh Bình!

V. LUYỆN TẬP :

1. Tra từ điển để biết nghĩa các từ sau :

hôm nay :	hôm qua :	tuần này :
ngày mai :	hôm kia :	tuần trước :
ngày mốt :	dạo này :	tuần sau :

2. *Hôm nay là ngày 4 tháng 11.* **Sinh viên hãy nhìn lịch dưới đây để trả lời câu hỏi :**

Chủ nhật	Thứ hai	Thứ ba	Thứ tư	Thứ năm	Thứ sáu	Thứ bảy
1	2	3	4	5	6	7
8	9	10	11	12	13	14

a) Hôm nay là *thứ mấy?* → Hôm nay là *thứ tư.*

b) Hôm qua là thứ mấy? → ....

c) Hôm kia là thứ mấy? → ....

d) Ngày mai là thứ mấy? → ....

e) Ngày mốt là thứ mấy? → ....

f) Hôm nay là *ngày mấy?* → Hôm nay là ngày 4 tháng 11.

g) Hôm qua là ngày mấy? → ....

h) Hôm kia là ngày mấy? → ....

i) Ngày mai là ngày mấy? → ....

j) Ngày mốt là ngày mấy? → ....

k) Tuần sau, thứ tư là ngày mấy? → ....

3. Trả lời câu hỏi :

a) Anh uống trà hay cà phê? → ....

b) Cô đi học hay đi chơi? → ....

c) Cô biết tiếng Anh hay tiếng Pháp? → ....

d) Ông Nam là giám đốc hay nhân viên? → ....

e) Anh thích xe hơi hay xe máy? → ....

f) Chị đến Trung Quốc hay Việt Nam? → ....

4. Đặt câu hỏi :

a) ....? → Tôi đến Việt Nam hôm qua.

b) ....? → Tuần sau, tôi sẽ đến Việt Nam.

c) ....? → Tôi mới gặp anh Park hôm kia

d) ....? → Chúng tôi mua xe máy tuần trước.

e) ....? → Ngày mai tôi sẽ đi Trung Quốc.

5. Chuyển hai câu thành một câu (sử dụng "*nhau*", "*với nhau*"...) :

a) Tôi gọi điện thoại cho cô Lee. Cô Lee gọi điện thoại cho tôi.

→ ....

b) Anh Kim sống với anh Lee. Anh Lee sống với anh Kim ở ký túc xá.

→ ....

c) Tôi hỏi cô Lan. Cô Lan hỏi tôi.

→ ....

d) Tôi thích cô Hoa. Cô Hoa cũng thích tôi.

→ ....

6. Hoàn thành những câu dưới đây :

a) Nếu tôi có tiền thì...

b) Nếu anh Kim gọi điện thoại cho tôi thì...................................

c) Nếu trời mưa thì..

d) ....thì tôi sẽ rất vui.

e) ....thì tôi sẽ học tiếng Việt.

7. Chuyển những câu dưới đây thành câu đề nghị với từ "*hãy*" :

Ví dụ :

- Anh Kim không đọc sách → Anh Kim *hãy* đọc sách!

a) Hôm nay, cô Lee không đi học. → ....

b) Anh Park không muốn mở máy → ....
lạnh.

c) Cô Lee không thích ăn phở. → ....

d) Tôi không mua xe máy. → ....

BÀI ĐỌC

Tiền của Việt Nam phần lớn là tiền giấy. Hiện nay, tiền có giá trị thấp là những tờ 200 đồng, 500 đồng, 1,000 đồng, 2,000 đồng và 5,000 đồng. Tiền có giá trị cao là những tờ 10,000 đồng, 20,000 đồng, 50,000 đồng và 100,000 đồng. Người Việt Nam gọi những tờ có giá trị thấp là "*tiền lẻ*" và gọi tiền có giá trị cao là "*tiền chẵn*".

Trong buôn bán nhỏ, người ta rất cần tiền lẻ nhưng trong kinh doanh lớn thì tiền chẵn rất cần thiết để thanh toán.

Người nước ngoài đến Việt Nam có thể đổi tiền Việt Nam ở sân bay hoặc ở các ngân hàng.

1. *Từ vựng* :

tiền giấy	지폐	tiền chẵn	고액권
giá trị	가치	buôn bán	상업을 하다
thấp	낮다	kinh doanh	경영하다.
tiền lẻ	소액권, 잔돈	thanh toán	청산하다.
phần lớn	대부분		

Lưu ý :

a) "*tờ*" là loại từ, "*tờ*" luôn đứng trước những danh từ như "báo", "giấy" và những loại tiền giấy.

Ví dụ : - Tôi mua 1 *tờ* báo.

        - Tôi có 2 *tờ* giấy.

        - Tôi có 2 *tờ* 5,000 đồng và 2 *tờ* 10,000 đồng.

b) "*gọi* A *là* B" :

Ví dụ : Người Việt Nam *gọi* computer *là* "máy vi tính".

        Người miền Bắc Việt Nam gọi xe hơi là "ô tô".

※ Hiện đại có tiền bằng kim.

2. *Sinh viên hãy viết hoặc nói về tiền Won của Hàn Quốc.*

⊂੪੪⊃

Bài 16 :

ĐI DU LỊCH

I. HỘI THOẠI :

1. (*Ở bến xe*)

Anh Kim :	Chị bán cho tôi một vé đi Nha Trang!
Người bán vé :	Anh muốn đi chuyến mấy giờ?
Anh Kim :	Tôi muốn đi chuyến 8:00 sáng. Bao nhiêu tiền một vé?
Người bán vé :	150 000 đồng. Vé của anh đây.
Anh Kim :	Từ thành phố Hồ Chí Minh đến Nha Trang mất bao lâu?
Người bán vé :	Khoảng 7 tiếng.
Anh Kim :	Từ Nha Trang đến Huế bao xa?
Người bán vé :	Xin lỗi, tôi không biết.

2. (*Ở phòng vé máy bay*)

Anh Kim :	Cô bán cho tôi một vé đi Hà Nội!
Người bán vé :	Anh muốn đi ngày nào?
Anh Kim :	Dạ, ngày mai.
Người bán vé :	Anh muốn đi chuyến 8:00 hay 10:00?
Anh Kim :	Dạ, chuyến 8:00.
Người bán vé :	Anh mua vé một chiều hay vé khứ hồi?
Anh Kim :	Dạ, khứ hồi. Bao nhiêu tiền một vé?
Người bán vé :	Một triệu bốn trăm ngàn đồng!

3.

Anh Nam :	Anh Kim đi du lịch có vui không?
Anh Kim :	Rất vui! Đầu tiên tôi đi Nha Trang bằng xe tốc

hành. Tôi ở Nha Trang 2 ngày. Sau đó, tôi mua vé máy bay đi Hà Nội. Sau khi đến Hà Nội tôi đi tham quan nhiều nơi. Tôi cũng đi Hải Phòng.

Anh Nam :	Trước khi trở lại thành phố Hồ Chí Minh anh ở đâu?
Anh Kim :	Vì không có vé nên tôi ở Hải Phòng 2 ngày.

II. TỪ VỰNG :

vé	표	xe tốc hành	고속버스
chuyến	차편	sau đó	그 후에
bao lâu	얼마동안 걸립니까	sau khi	~후에
tiếng	시간	trước khi	~전에
bao xa	얼마나 멉니까	trở lại	돌아오다
(vé) một chiều	편도표	vì.....nên........	~때문에 ~그래서
(vé) khứ hồi	왕복표		

III. NHỮNG CỤM TỪ (phrase) VÀ CÂU CẦN NHỚ :

a. (Cô/ chị/ anh) bán cho tôi 1 vé đi............. =

b. Từ.........đến...........mất bao lâu? =

c. Từ ....đến...........bao xa? =

d. Vé của anh đây! =

IV. GIẢI THÍCH NGỮ PHÁP :

1. **Phân biệt các từ** "*sau*", "*sau khi*", "*sau đó*", "*trước*", "*trước khi*" **và** "*trước đó*" :

a) " *Sau*" và " *trước*" :

Mô hình :

| SAU + thời gian |
| TRƯỚC |

Ví dụ :   - *Sau* thứ hai là thứ ba.

- Tôi sẽ gặp anh Kim *trước* 5:00

b) "***Sau khi***" và "***trước khi***":

Mô hình :

Bộ phận phụ của câu	*Bộ phận chính của câu*
SAU KHI + động từ +... TRƯỚC KHI	**Chủ ngữ - vị ngữ**

Ví dụ :

- Sau khi ăn cơm,   tôi đi học.

- Trước khi về Hàn Quốc,   chúng ta gặp nhau.

c) "***Sau đó***" và "***trước đó***" :

Mô hình :

Câu thứ 1	**Câu thứ 2**
-Tôi đến Hà Nội ***ngày 1 tháng 2***.	Sau ***đó***, tôi đi Huế.
-Tôi gặp anh Kim ***hôm qua***.	**Trước *đó*, tôi thường gọi điện thoại.**

2. Câu hỏi ngắn cuối câu :

Mô hình :

Bộ phận chính của câu	*câu hỏi ngắn*
Chủ ngữ – vị ngữ	**có .....không?**

Ví dụ :

HỎI : - Anh đi du lịch *có* vui *không?*

ĐÁP : - Dạ, có. (Tôi rất vui)

> HỎI : - Hôm nay, cô Lee học tiếng Việt *có* mệt *không*?
> ĐÁP : - Dạ, không.(cô Lee không mệt)

3. "..... *mất bao lâu?*" : dùng để hỏi về thời gian để thực hiện. (실행되는 시간에 대해 물을 때 쓰인다.)

> *Ví dụ* :
> HỎI : Từ chợ Bến Thành đến nhà anh đi bằng xe máy *mất bao lâu?*
> ĐÁP : [Từ chợ Bến Thành đến nhà *tôi* đi bằng xe máy] *mất 15 phút.*

4. "....... *bao xa?*" : dùng để hỏi về khoảng cách. (거리에 대해 물을 때 쓰인다.)

> *Ví dụ* :
> HỎI : Từ chợ Bến Thành đến nhà anh *bao xa?*
> ĐÁP : [Từ chợ Bến Thành đến nhà *tôi*] *khoảng 2 ki lô mét.*

5. Câu nguyên nhân – kết quả : (원인~결과문)

> *Mô hình* : | ***Vì*** – chủ ngữ – vị ngữ – ***nên*** – chủ ngữ – vị ngữ |

> *Ví dụ* :
> - ***Vì*** tôi không có xe máy ***nên*** tôi không đi chơi.
> - ***Vì*** trời mưa ***nên*** chúng tôi ở nhà.

V. LUYỆN TẬP :

1. Điền các từ : sau, trước, sau khi, trước khi, sau đó, trước đó :

> a) Tôi sẽ về nhà ....5:00 chiều.
>
> b) ....là tháng hai.
>
> c) ....học tiếng Việt, tôi sẽ về Hàn Quốc.
>
> d) ....mùa thu là mùa đông.
>
> e) Tôi đi học lúc 7:30. ....tôi ăn sáng.
>
> f) ....chơi bóng bàn, tôi sẽ chơi bóng đá.
>
> g) ....năm 1999, tôi sống ở Seoul.

2. Hoàn thành câu :

a) ....có vui không?

   - Dạ có.

b) ....có thú vị không?

   - Dạ không.

c) ....có tốt không?

   - Dạ có.

d) ....có mệt không?

   - Dạ không.

e) ....có thuận tiện không?

   - Dạ không.

3. Trả lời câu hỏi :

a) Từ Hà Nội đến Seoul đi bằng máy bay mất bao lâu?

....

b) Anh ăn sáng mất bao lâu?

....

c) Cô Lee viết thư cho cô Kang mất bao lâu?

....

d) Cô Lan đi bộ về nhà mất bao lâu?

....

e) Từ nhà cô Lee đến trường đại học bao xa?

....

f) Từ Sài Gòn đến Củ Chi bao xa?

....

4. Hoàn thành những câu dưới đây :

a) Vì mẹ tôi mệt nên ....

b) Vì tôi nói tiếng Việt giỏi nên.............................

c) Vì tôi thích Hà Nội nên ....

d) Vì cô Lan đẹp hơn cô Hoa nên tôi.........................

e) Vì hôm nay tôi rất bận nên.................................

f) Vì trời rất nóng nên...

BÀI ĐỌC
Bạn có muốn đi du lịch không?

Bạn có thể đến Việt Nam để du lịch. Đầu tiên, bạn có thể đến Hà Nội để tham quan những di tích nổi tiếng. Phong cảnh ở Hà Nội rất đẹp. Hà Nội có nhiều hồ rất đẹp. Sau khi tham quan Hà Nội, bạn có thể đến Huế, bạn có thể tham quan những phố cổ. Sau đó, bạn hãy đến Nha Trang hoặc đến Đà Lạt. Khí hậu Đà Lạt rất tuyệt. Sau khi tham quan Đà Lạt, bạn hãy đến Vũng Tàu để ngắm biển.

Cuối cùng, bạn hãy đến thành phố Hồ Chí Minh. Ở thành phố này, bạn sẽ có những ngày du lịch thú vị.

1. Từ vựng :

di tích	유적	khí hậu	기후
nổi tiếng	유명한	tuyệt	특이하다
hồ	호수	ngắm biển	바다를 보다
phố	거리	cuối cùng	마지막으로
cổ	옛날		

2. *Sinh viên hãy nói về những nơi du lịch ở Hàn Quốc.*

C8EO

Bài 17 :

TÔI CHƯA QUEN KHÍ HẬU VIỆT NAM

I. HỘI THOẠI :

1. *AnhNam* :   Anh Park sống ở Việt Nam (được) bao lâu rồi?

   Anh Park :   Tôi sống ở Việt Nam được 3 tháng rồi.

   Anh Nam :   Anh đã quen khí hậu Việt Nam chưa?

   Anh Park :   Dạ chưa, tôi chưa quen khí hậu Việt Nam.

2. *AnhNam* :   Hôm nay anh đi đâu?

   Anh Park :   Hôm nay tôi ở nhà. Hôm nay trời mưa to quá!

                     Tôi nghe nói là sắp có bão, phải không?

   AnhNam :   Dạ phải, tôi cũng nghe nói như vậy.

3. *AnhPark* :   Ôi, trời lạnh quá!

   Anh Nam :   Anh biết nhiệt độ hôm nay không?

   Anh Park :   Tôi nghe nói là 8° (= 8 độ).

   Anh Nam :   Trời ơi, 8° !. Anh đã mua áo ấm chưa?

                     Dạ rồi, tôi (đã) mua áo ấm rồi! Khí hậu Việt

                     Nam giống khí hậu Hàn Quốc.

4. *Anh Park* :   Axx...xì! Xin lỗi, chào bác sĩ!

   Bác sĩ :   Chào anh! Anh bị cảm à?

   Anh Park :   Dạ vâng (phải).

   Bác sĩ :   Anh đã uống thuốc chưa?

   Anh Park :   Dạ chưa.

   Bác sĩ :   Anh có nhức đầu không?

   Anh Park :   Dạ có.

Bác sĩ :	Anh bị cảm bao lâu rồi?
Anh Park :	Dạ, tôi bị cảm 2 ngày rồi.
Bác sĩ :	Anh uống thuốc này trong 3 ngày. Không được uống rượu.
Anh Park :	Cám ơn bác sĩ.

II. TỪ VỰNG :

Chưa	아직
quen	익숙하다
khí hậu	기후
(được)　bao lâu rồi?	얼마나　되었습니까?
sắp	곧
bão	
nghe nói	
như vậy	
nhiệt độ	
độ	
áo ấm	따뜻한　옷
giống	비슷하다
(bị) cảm	감기에　걸리다
à? (*từ dùng để hỏi và xác định lại cho đúng)*	긍정적인　대답을　기대하고　물을　때　사용하는　의문사
uống thuốc	
nhức đầu	
trong + (thời gian)	
không được	
rượu	

III. NHỮNG CỤM TỪ (phrase) VÀ CÂU CẦN NHỚ :

a) Tôi *cũng* nghe nói *như vậy* =

b) Trời ơi =

c) Tôi nghe nói là.............. =

d) Không được uống rượu =

IV. GIẢI THÍCH NGỮ PHÁP :

1. Câu hỏi : "Anh *đã* quen khí hậu Việt Nam *chưa*?". Đây là câu hỏi mà người hỏi muốn hỏi "*đã quen*". hay "*chưa quen*". (이미 행하여진 일인지 아닌지에 대해서 물을 때 묻는 의문문)

Mô hình :

> Chủ ngữ + *đã* – động từ – (danh từ) ....+ *chưa*?

Ví dụ :

HỎI :	ĐÁP :
a) Anh *đã* đi Nha Trang *chưa*?	- Dạ *rồi*. Tôi *đã* đi Nha Trang *rồi* (*Khẳng định*)
	- Dạ *chưa*. Tôi *chưa* đi Nha Trang. (*Phủ định*)
b) Cô Lee *đã* gọi điện thoại cho thầy Nam *chưa*?	- Dạ *rồi*. Cô Lee *đã* gọi điện thoại [cho thầy Nam] *rồi*. (*Khẳng định*)
	- Dạ *chưa*. Cô Lee *chưa* gọi điện thoại [cho thầy Nam].(*Phủ định*)

2. Câu hỏi "......(được) *bao lâu rồi*?" để hỏi quãng thời gian từ quá khứ đến hiện tại. (과거에서 현재까지의 시간에 대해서 물을 때 쓰인다.)

Ví dụ :

HỎI : Anh Park học tiếng Việt (được) *bao lâu rồi*?

↓

ĐÁP : Dạ [tôi học tiếng Việt] (được) *3 năm rồi*.

3. "*..nghe nói là* **(rằng)...". Cách nói gián tiếp, truyền đạt lại điều mình đả** được nghe (내가 들은 것을 간접화법으로 전달할 때)

(chủ ngữ – vị ngữ)

Tôi nghe nói là (rằng)   giáo sư Lee sẽ đến Việt Nam.

Người ta nói là (rằng)   hôm nay trời mưa to.

4. " *cũng vậy*" **và "** *...cũng ....như vậy*" :

Khi người nói không muốn lặp lại một bộ phận của một câu nói trước, người nói có thể dùng *"... cũng vậy"* hoặc " *cũng ....như vậy*". (이미 말한 문장을 반복해서 말하고 싶지 않을 때 쓰인다.)

Ví dụ :

a) *Anh Park* :   Tôi *thích cà phê*.

   Anh Nam :   Tôi *cũng vậy*. (=Tôi cũng thích cà phê)

b) Cô Lan :   Anh Kim *là người Hàn Quốc*.

   Cô Hoa :   Anh Park *cũng vậy*.

c) Anh Bình :   Tôi   đề nghị chúng ta đi uống cà phê.

   Anh Hong :   Tôi *cũng* đề nghị *như vậy*. (= Tôi *cũng* đề nghị chúng ta đi uống cà phê)

5. Dùng từ " *giống*" **và "** *khác*" **để so sánh :** (같고 다름을 비교할 때 쓰인다.)

Ví dụ :

   - Khí hậu Việt Nam *giống* khí hậu Hàn Quốc.

   - Khí hậu Việt Nam *khác với* khí hậu Hàn Quốc

Mô hình :

Chủ ngữ (A) – **giống** – **B**
Chủ ngữ (A) – **khác** –**B**

Lưu ý :

Khi muốn sử dụng từ "**nhau**" (xem bài 15, mục 3-Giải thích ngữ pháp), chúng ta cần chú ý:

- Khí hậu Việt Nam và Hàn Quốc giống **nhau**.

- Khí hậu Việt Nam và Hàn Quốc khác **nhau**.

Mô hình :

A và **B** – **giống**   *nhau*
A và **B** - **khác** (với)   *nhau*

V. LUYỆN TẬP :

1. Đặt câu hỏi :

a) ....? → Dạ rồi. Tôi đã mua xe máy rồi.

b) ....? → Dạ chưa. Tôi chưa ăn sáng.

c) ....? → Dạ rồi. Tôi đã uống cà phê rồi.

d) ....? → Dạ rồi.Tôi đã thuê một phòng ở khách sạn rồi.

e) ....? → Dạ chưa. Tôi chưa có vợ.

f) ....? → Dạ rồi. Tôi đã uống thuốc rồi.

2. Hoàn thành câu hỏi :

a) Cô Lee .... chưa?

b) Anh Bình... chưa?

c) Ông Hải... chưa?

d) Anh Hoa... chưa?

3. Trả lời các câu hỏi dưới đây :

a) Anh đang ăn cơm à?

....

b) Vợ anh mới đến Việt Nam à?

....

c) Công ty của anh mới thành lập à?

....

d) Anh là bác sĩ à?

....

e) Đây là xe hơi của Nhật Bản à?

....

4. Sử dụng "*giống*" và "*khác*" để hoàn thành câu :

a) Nhiệt độ hôm nay ....

b) Thức ăn Việt Nan ....

c) Cô Lan nói tiếng Anh ....

d) Hôm nay trời lạnh ....

5. Sử dụng "*không được*" để đặt câu:

a) Anh Nam bị bệnh, bác sĩ yêu cầu :

   ⇒ *Không được hút thuốc!*

b) Cô Lan thường đi học trễ, thầy giáo yêu cầu:

   ⇒ ....

c) Tài xế lái xe không cẩn thận, giám đốc yêu cầu tài xế:

   ⇒ ....

6. Đặt câu hỏi "…..(được) *bao lâu rồi?*" và trả lời :

a) Anh biết lái xe .... ?

   ⇒ Tôi biết lái xe hơi ....

b) Cô Lee sống ở Seoul .... ?

$\Rightarrow$ Cô Lee sống ở Seoul ....

c) Thầy Nam dạy tiếng Việt .... ?

$\Rightarrow$ Thầy Nam dạy tiếng Việt ....

d) Anh thuê xe máy này.. ?

$\Rightarrow$ Tôi thuê xe máy này ....

7. Hoàn thành các câu sau :

a) Tôi nghe nói là Việt Nam ....

b) Người ta nói rằng chợ Bến Thành ....

c) Tôi nghe nói là Hồ Tây ở Hà Nội ....

d) Chúng tôi nghe nói là anh Kim...

8. Dùng "*cũng vậy*", "*...cũng....như vậy*" để hoàn thành những câu dưới đây :

a) Anh Lee thích cà phê. $\rightarrow$ Tôi ....

b) Cô Park là người Hàn Quốc. $\rightarrow$ Cô Kim.......................... .

c) Cho anh Kim một ly cà phê đá. $\rightarrow$ Tôi ....

d) Người ta nói là phở Việt Nam rất ngon. $\rightarrow$ Tôi ....

BÀI ĐỌC
Khí hậu Việt Nam

Khí hậu ở miền Bắc và miền Nam Việt Nam khác nhau. Miền Bắc có 4 mùa: mùa xuân, mùa hạ, mùa thu và mùa đông. Miền Nam chỉ có 2 mùa: mùa khô (=mùa nắng) và mùa mưa.

Ở miền Bắc, mùa xuân có hoa nhưng mùa đông không có tuyết. Nhiệt độ mùa hè có thể đến 38°.

Ở miền Nam, mùa mưa từ tháng 4 đến tháng 11. Vào mùa mưa, bạn có thể thấy mưa nhiều.

    Nhiều người nước ngoài có thể chưa quen khí hậu Việt Nam nhưng họ sẽ cảm thấy thoải mái khi đi du lịch.

1. *Từ vựng* :

mùa	계절	mùa mưa	우기
mùa xuân	봄	hoa	꽃
mùa hạ	여름	tuyết	눈
mùa thu	가을	mưa	비
mùa đông	겨울	cảm thấy	느끼다.
mùa khô (=mùa nắng)	건기	thoải mái	상쾌하다.

2. *Sinh viên hãy nói hoặc viết về khí hậu Hàn Quốc.*

ⓒ৪০

Bài 18 :

ÔN TẬP

1. Hoàn thành câu, sử dụng "*nhau*", "*với nhau*"... :

    a) Chúng tôi đi ăn cơm...

    b) Chúng ta   đi chơi...

    c) Tôi và cô Hoà làm việc...

    d) Tôi và anh Nam về nhà ....

2. Kết hợp câu, sử dụng "*nhau*", "*với nhau*" :

    a) Ông Kim/ Ông Lee/ làm việc.

    b) Chúng tôi/ chơi gôn/ anh Hòa.

    c) Chúng ta/làm quen/ cô Tâm.

    d) Công ty A/ công ty B/ hợp tác.

3. Trả lời câu hỏi :

    a) Anh đến Việt Nam bao lâu rồi?

    ....

    b) Anh học tiếng Việt mấy tháng rồi?

    ....

    c) Anh đang làm gì ở thành phố Hồ Chí Minh?

    ....

    d) Anh biết ai ở thành phố Hồ Chí Minh?

    ....

    e) Anh thấy người Việt Nam thế nào?

    ....

    f) Công việc của anh hiện nay có tốt không?

    ....

    g) Anh thích sống ở TP.Hồ Chí Minh hay ở Hà Nội? Tại sao?

    ....

h) Chủ nhật, anh thường làm gì?

....

i) Sáng hôm qua, anh ăn sáng ở đâu?

....

j) Trưa hôm qua, anh ăn trưa với ai?

....

4. Sử dụng các từ " *sau* ", " *sau khi* ", " *sau đó* " :

a) Ông Nam rời văn phòng lúc 6:30 chiều, ... ông về nhà.

b) Tôi thường đi ngủ .... 11:00 tối.

c) .... thức dậy, tôi rửa mặt và ăn sáng.

d) Công ty của chúng tôi sẽ sản xuất .... xây dựng xong nhà máy.

e) Tôi sẽ đi du lịch ở Huế .... tôi sẽ đến Đà Lạt. Tôi sẽ ở Đà Lạt 3 ngày............ ở Đà Lạt, tôi đi Nha Trang.

f. Chiều thứ ở bảy hàng tuần anh Bình thường đi uống bia với bạn .... làm việc xong.

5. Đây là lịch tháng 10. *Hôm nay là ngày 12. Nhìn vào lịch và trả lời câu hỏi* :

Chủ nhật	Thứ hai	Thứ ba	Thứ tư	*Thứ năm*	Thứ sáu	Thứ bảy
						1
2	3	4	5	6	7	8
9	10	11	12	13	14	15
16	17	18	19	20	21	22
23	24	25	26	27	28	29
30						

a) Tuần này từ ngày mấy đến ngày mấy?

→ *Tuần này từ ngày 9 đến ngày 15.*

b) Tuần trước từ ngày mấy đến ngày mấy?

→ ....

c) Tuần sau từ ngày mấy đến ngày mấy?

→ ....

d) Anh học tiếng Việt mấy ngày một tuần?

→ ....

e) Anh nghỉ ngày nào?

→ ....

6. Thêm từ :

a) Tôi đến .... để gửi tiền.

b) Bạn tôi đến .... để mua vé máy bay.

c) Chúng ta hãy đến .... để uống rượu.

d) Tôi phải đến .... để học tiếng Việt.

e) Vợ tôi đi .... để mua thức ăn.

f) Tôi gặp anh Lee đang uống cà phê ở ....

g) Tôi đã mua từ điển Anh-Việt ở ....

7. Đặt câu hỏi :

a) ....? → Tháng sau, tôi sẽ về Hàn Quốc.

b) ....? → Tôi mới đến Việt Nam hôm qua.

c) ....? → Ngày kia, tôi sẽ gặp ông giám đốc.

d) ....? → Tuần sau, tôi sẽ bắt đầu học tiếng Việt.

8. Hoàn thành những câu dưới đây :

a) Nếu anh tôi có tiền thì ....

b) Nếu nhân viên này làm việc chăm chỉ thì ....

c) Nếu xe hơi hư thì chúng ta ....

d) Nếu chúng ta thuê văn phòng này thì ....

e) Vì tôi thích món ăn Việt Nam nên ....

f) Khi tôi uống cà phê thì ....

g) Vì tôi không mua được vé máy bay nên ....

9. Thêm từ cùng loại :

a) nóng, lạnh,   - ...., - ...., - ....

b) xem, đọc,   - ...., - ...., - ....,
   - ...., - ...., - ....

c) sách, ti vi,   - ...., - ...., - ....,
   - ...., - ...., - ....,
   - ...., - ...., - ....

d) tôi, anh,   - ...., - ...., - ....,
   - ...., - ...., - ....,
   - ...., - ...., - ....

e) và, hoặc,   - ...., - ...., - ....,
   - ...., - ...., - ....

10. Sinh viên hãy ghi số và đọc :

a) Chiếc xe hơi này giá .... đô-la.

b) Tôi thuê phòng này .... đô-la/ tháng.

c) Quyển sách này giá .... đồng.

d) Lương của tôi là .... đô-la/ tháng.

e) Ti-vi này giá .... đô-la.

11. Trả lời câu hỏi :

Nam : Vợ của ông ấy anh làm nghề gì?

Hai : Vợ của ông ấy là giáo viên.

Nam : Cha anh.........................?
Hai : Cha tôi.........................
Nam : Mẹ anh.........................?
Hai : ....

12. Điền vào chỗ trống :

A : Xin lỗi, nhà vệ sinh ở đâu?

B : ....

A : Cám ơn nhiều.

B :.........................

C : Xin lỗi, ngân hàng Vietcombank ở đâu?

D : ....

C : Cám ơn nhiều.

D : ....

E :.........................?

F : Tôi không biết.

E : Cám ơn.

F : Không có chi.

13. Sử dụng "cũng" hoặc "không", "không phải là" :

a) Anh Kim học tiếng Việt. Anh Noh ....

b) Tôi biết tiếng Anh. Cô Hoa ....

c) Tôi biết lái xe hơi. Anh Kim ....

d) Tôi đang sống ở thành phố Hồ Chí Minh. Anh Kim.........................

e) Tôi đã có vợ. Anh Lee ....

f) Tôi là nhân viên công ty. Anh Park.........................

g) Tôi mới đến Việt Nam. Cô Park.........................

h) Tôi thích uống bia. Anh Nam ....

i) Tôi muốn mua xe hơi. Anh Kim ....

j) Tôi không thích làm việc ở Việt Nam. Anh Hong ....

k)Tôi mệt.Anh Lee ....

14. Dưới đây là công việc trong một ngày của anh Nam :

Anh Nam là nhân viên kế toán của công ty AT. Anh Nam còn độc thân. Anh thường thức dậy vào lúc 6:05. Sau khi thức dậy, anh Nam tập thể dục 20 phút. Sau khi tập thể dục, anh ấy đánh răng, rửa mặt và đi vệ sinh. Sau đó, anh Nam thay quần áo và đi làm. Từ nhà đến công ty, anh Nam đi mất 25 phút bằng xe gắn máy. Anh Nam đến công ty đúng 7:00. Anh vào căn-tin ăn sáng, uống cà phê mất 10 phút. Anh bắt đầu làm việc lúc 7:15.

Anh Nam kết thúc công việc lúc 11:30. Thông thường, anh Nam ăn trưa ở một quán cơm gần công ty. Anh Nam ăn cơm xong lúc 12:00. Anh trở lại văn phòng để đọc báo và ngủ trưa đến 1:15. Sau khi thức dậy, anh Nam vào nhà vệ sinh rửa mặt. Buổi chiều, anh Nam làm việc từ 1:30 đến 5:30.

Anh Nam về nhà lúc 6:00. Anh Nam tắm mất 20 phút. Sau khi tắm xong, anh ấy đi ra ngoài để ăn cơm tối. Sau khi ăn cơm tối, anh Nam đến trường để học tiếng Anh. Anh Nam học tiếng Anh 3 buổi một tuần, anh ấy học tối thứ hai, thứ tư và thứ sáu. Anh học từ 7:30 đến 9:00 tối. Sau khi học, anh Nam về nhà lúc 9:30. Anh đọc báo hoặc xem ti-vi. Anh Nam đi ngủ lúc 11:00.

※ *Trả lời những câu hỏi dưới đây :*

a) Anh Nam thường thức dậy lúc mấy giờ?

....

b) Anh Nam tập thể dục trong bao nhiêu phút?

....

c) Sau khi tập thể dục, anh Nam làm gì?

....

d) Từ nhà đến công ty, anh Nam đi mất bao nhiêu phút bằng xe gắn máy?

....

e) Anh Nam đến công ty lúc mấy giờ?

....

f) Anh Nam ăn sáng và uống cà phê mất bao nhiêu phút?

....

g) Anh Nam bắt đầu làm việc lúc mấy giờ?

....

h) Buổi sáng, anh Nam kết thúc công việc lúc mấy giờ?

....

i) Thông thường, anh Nam ăn cơm trưa ở đâu?

....

j) Sau khi ăn trưa, anh Nam đi đâu?

....

k) Buổi chiều, anh Nam làm việc từ mấy giờ đến mấy giờ?

....

l) Buổi chiều, anh Nam về nhà lúc mấy giờ?

....

m) Sau khi về nhà, anh Nam làm gì?

....

n) Anh Nam học tiếng Anh từ mấy giờ đến mấy giờ?

....

o) Anh Nam học tiếng Anh mấy buổi một tuần? Vào thứ mấy?

....

TÓM LƯỢC CÁC TỪ VÀ ĐẶC ĐIỂM NGỮ PHÁP ĐÃ HỌC
(Quyển 1)

1. DANH TỪ :

Bài 1 :

Người	sinh viên

Bài 2 :

tên	máy vi tính
giáo viên.	phóng viên
người Trung Quốc	tiếng Anh
người Hàn Quốc	tiếng Nhật
tờ báo.	bạn
quyển sách.	tiếng Anh

Bài 3 :

ti vi	tiếng Nga
cơm	ký túc xá
mẹ	phòng
ba (cha)	số 2 (= hai)
thư	1 (= một)
cà phê	điện thoại
máy vi tính	máy lạnh
bóng bàn	xe đạp
nhạc	bạn

Bài 4 :

xe máy_	thức ăn
quán ăn	công ty
hiệu sách	năm nay

rạp chiếu bóng	tuổi
chợ	trường đại học
nhà hàng	nhà trọ
siêu thị	số 1,10, 11, 12... 21, 22

Bài 5 :

từ điển	con cá
người bán	quạt máy
chai	áo
đầu gội đầu	quần
xà phòng (= xà bông)	cặp sách
nón (= mũ)	con bò
đôi	con heo
giầy	con chim
gương	hàng hoá
lược	thịt gà
con gà	quận
con vịt	người nước ngoài

Bài 6 (Ôn tập) :

giám đốc	tài xế
bác sĩ	y tá

Bài 7 :

hôm nay	căn-tin

Bài 8 :

@ = a còng (= a móc)	thư ký
điện thoại di động	tầng
địa chỉ	trạm điện thoại công cộng

đường	thẻ điện thoại
quận (bài 5)	bưu điện
máy nhắn tin	

Bài 9 :

tiếp tân	một ngày
nữ tiếp tân	tủ lạnh
khách sạn	người hướng dẫn
phòng đơn	nhật ký
phòng đôi	hiện nay
đô-la (USD)	

Bài 10 :

tiệm	đá chanh
thực đơn	nước cam
ly	dừa
cà phê đá	giá
nước dừa	kem ly
đá (ice)	Coca Cola
cà phê sữa	Pepsi
cà phê đá	bia Tiger
cà phê sữa đá	bia 333

Bài 11 :

món ăn	thói quen
bây giờ	phở
súp cua	hủ tiếu
chả giò	cơm
cơm chiên	cá
lẩu dê	thịt

phở

canh

công viên

bữa ăn

nhà hàng

hướng dẫn viên

nơi

Bài 12 (Ôn tập) :

hướng dẫn viên du lịch

Bài 13 :

sân bay

xe xích lô

tắc-xi

xe buýt

chỗ

xe tải

trước

người yêu

xe lửa (=tàu hoả)

sinh nhật

chạy

xe ôm

một chút

khách

thứ nhất

giao thông

phong cảnh

v.v...(=vân vân)

máy bay

con đường

tàu thuỷ

người ta

Bài 14 :

ngân hàng

trời

mét

tuần sau

bên trái

tham quan

ngã tư

đầu tiên

thứ hai (=thứ nhì)

sáng nay

thang máy

Bài 15 :

hôm qua	dạo này
tiền	tuần này
tỉ giá	tuần trước
tài khoản	tuần sau
số tài khoản thẻ tín dụng	giám đốc
hôm nay	tiền giấy
ngày mai	giá trị
ngày mốt	tiền lẻ
hôm qua	tiền chẵn
hôm kia	

Bài 16 :

vé	mùa thu
chuyến	mùa đông.
tiếng	di tích
(vé) một chiều	hồ
(vé) khứ hồi	phố
xe tốc hành	

Bài 17 :

khí hậu	mùa xuân
bão	mùa hạ
nhiệt độ	mùa thu
độ	mùa đông
áo lạnh	mùa khô (=mùa nắng)
rượu	tuyết
vợ	mưa
mùa	

Bài 18 (Ôn tập) :

    lương   nhà vệ sinh

2. ĐỘNG TỪ :

Bài 1 :

là	hẹn
chào	gặp
cám ơn	đến

Bài 2 :

giới thiệu	muốn
được	học
xin lỗi	

Bài 3 :

xem	nghe
đọc	viết
uống	sử dụng
ăn	sống
chơi	có
biết	

Bài 4 :

cần	làm việc
mua	dạy

Bài 5 :

đi *mua sắm*	nằm
hỏi	thích
gọi (là)	

Bài 6 (Ôn tập) :

Bài 7 :

đi học	về nhà
đến trường	nghỉ trưa
ăn trưa	ăn tối
đi	đi ngủ
rửa mặt	

Bài 8 :

làm ơn	gửi thư
gặp (bài 1)	nhấn
gọi (điện thoại)	

Bài 9 :

cần	chạy (xe máy)
thuê	lái (xe hơi)
hết.....rồi.	trở về
được	

Bài 10 :

uống	gọi
xem	tính tiền
xin	mở (cửa)
cho (đá vào...)	đóng (cửa)

Bài 11 :

đi	đi du lịch
ăn	đi chơi
chọn	bán
nấu ăn	tốn
nấu	

Bài 12 (Ôn tập) :

Bài 13 :

chờ (=đợi)	đi bộ
bị	than phiền
hiểu	phê bình
khởi hành	kẹt xe
xem	chở

Bài 14 :

đi thẳng	đi qua
tiếp tục	quản lý
rẽ trái	lên
lặp lại	(trời) mưa
rẽ phải	sợ
thấy	

Bài 15 :

đổi	giúp đỡ
gửi tiền	buôn bán
cần	kinh doanh
rút riền	thanh toán

Bài 16 :

trở lại	ngắm (biển)

Bài 17 :

quen	uống thuốc
cảm thấy	nhức đầu (=đau đầu)
thoải mái	đề nghị
(bị) cảm	thành lập
nghe nói	

Bài 18 (Ôn tập) :

chơi gôn	tập thể dục
hợp tác	đánh răng
rời	thay (quần áo)
rửa mặt	kết thúc
sản xuất	tắm
xây dựng	ra ngoài

3. TÍNH TỪ :

Bài 1 :

khỏe	bình thường

Bài 2 :

Hân hạnh

Bài 3 :

thú vị	đẹp

Bài 4 :

Tốt

Bài 5 :

To	béo= mập
rẻ	gầy= ốm
mắc	mới
nhỏ	nhiều
xấu	

Bài 6 (Ôn tập) :

Bài 7 :

Bài 8 :

   Bận   thuận tiện

Bài 9 :

    nóng

Bài 10 :

   ngon   lạnh

   rẻ   trẻ

   cũ   bình dân

   mắc   sang trọng

Bài 11 :

   To

Bài 12 (Ôn tập) :

Bài 13 :

   Trễ   phức tạp

   nhanh   thuận tiện

Bài 14 :

   Gần   hạnh phúc

Bài 15 :

   Tốt   thấp

Bài 16 :

   cổ (=xưa)   tuyệt

   nổi tiếng

Bài 17 :

   Giống   khác

Bài 18 :

chăm chỉ   hư (=hỏng)

4. ĐẠI TỪ VÀ CÁC LOẠI TỪ KHÁC :

Bài 1 :

cô   lại
anh   thế nào
thầy   còn
tôi   mới
cũng   đây (là)

Bài 2 :

Bạn   và
Dạ

Bài 3 :

Ai   rất
cô ấy   ở
anh ấy   của
                                            không có

Bài 4 :

ở   đâu   chỉ
ơi   chị/ cô/...
tôi /em   các anh /các ông...
chúng tôi/ chúng ta   chị ấy/ ông ấy/ bà ấy...
anh/ ông /...   họ
                                            của ai

Bài 5 :

Này   quyển

ở đây   cục

cái   như

quá

Bài 6 :

thường   bao nhiêu

Bài 7 :

lúc mấy giờ?   mấy giờ?

ngày mấy?   vào thứ mấy?

từ...đến...   sẽ

Bài 8 :

(số)mấy?   có thể

trên (đường)   phải

Bài 9 :

a lô   bao nhiêu

đấy là...   cho nên

loại nào?   hơn

Bài 10 :

thế à!   tất cả

đặc biệt là

Bài 11 :

họ   ở đó

đang   khác

đi (mệnh lệnh)   khoảng

thế thì

hoặc

tại (=ở)

Bài 13 :

các anh

có thể

tại sao

bằng

bởi vì

vì vậy

Bài 14 :

từ đây

Bài 15 :

hay

nếu........thì.......

với nhau

hãy

như thế thì

Bài 16 :

bao lâu

sau khi

bao xa

trước khi

vì.....nên...

cuối cùng

sau đó

Bài 17 :

Chưa

cũng vậy

sắp

cũng...như vậy....

à?

giống nhau

trong + (thời gian)

khác nhau

đã....chưa?

rồi

ය80

베트남어 회화 1

초판 2쇄 발행 2007년 6월 10일 / 초판 2쇄 인쇄 2007년 6월 15일 / 지은이 전혜경 / 펴낸이 서덕일
펴낸곳 도서출판 문예림 / 등록번호 1962. 7. 12. 제 2-110호
주소 서울 광진구 군자동1-13 13호 문예하우스 101호 / Phone. 499-1281~2 Fax. 499-1283
http://www.bookmoon.co.kr Email:book1281@hanmail.net

ISBN 89-7482-247-4   13790